THE VIE HANDBOOK FOR BEGINNERS

Southern Accent Edition

By Gary La

This book may not be reproduced in part or in whole, by any means without permission. Any attempts at making duplicates and copies of this book constitute copyright infringement and could subject you to criminal and civil liabilities.

This book is licensed for your personal enjoyment only and may not be shared, resold or given away. If you would like to make a copy of this book available for others, please purchase another copy to share with each person whom you intend to share with. Thank you for your support and for complying with the terms of this license, the copyright laws, and respecting the author's hard work and dedication.

Copyright © 2018 Gary La

All rights reserved

Free E-book and audio files offer

Subscribe to my email list and get instant access to free downloads of the mp3 audio files of this book + my E-book "25 Essential Vietnamese Adjectives For Everyday Use". In addition, receive exclusive offers, new content, and more.

http://eepurl.com/duA7oj

Table of Contents

Introduction 1
Vietnamese Alphabet 3
Pronunciation Guide 4
   Vowels 4
   Vowel Clusters 6
   Consonants 10
   Consonant Clusters 12
   Initial Consonants: 14
   Final Consonants: 14
Vietnamese Tones 15
Introduction to Vietnamese Grammar 17
   Yes/No Questions and Negative Sentences 19
   Tenses 22
   Classifiers and Measure Words 24
Pronouns 26
Third Person Pronouns 28
Part 1: Introductions and Greetings 29
   Countries 34
   Example Sentences 38
   Exercises 42
   Chapter 1 Vocabulary and Phrase Summary Sheet 45
Part 2: Useful Expressions and Key Words 47
   Objects 64
   Rooms in the house 68

    Example Sentences.. 74

    Exercises 81

    Chapter 2 Vocabulary and Phrase Summary Sheet........................ 84

Part 3: Time, Numbers, and Dates.. 88

    Numbers:.. 88

        1-99:.. 88

        100 and Up: 91

    Time: 93

    Days of the week:... 95

    Months: 97

    Year:... 99

    Example Sentences... 101

    Exercises 105

    Chapter 3 Vocabulary and Phrase Summary Sheet...................... 108

Part 4: Food and Drinks 112

    Condiments: 117

    Traditional Vietnamese Foods: 119

    Drinks:.. 121

    Fruits: 126

    Vegetables:... 131

    Meat and Seafood:.. 137

    Kitchenware: 140

    Example Sentences... 142

    Exercises 147

    Chapter 4 Vocabulary and Phrase Summary Sheet...................... 150

Part 5: Places, Transportation, and Emotions 155

    Transportation and Places: 155

   Taxi Phrases: 165

   Emotions and Feelings: 169

   Example Sentences 172

   Exercises 179

   Chapter 5 Vocabulary and Phrase Summary Sheet 182

Part 6: Colors and Clothing 184

   Clothing: 184

   Colors: 198

   Example Sentences 201

   Exercises 210

   Chapter 6 Vocabulary and Phrase Summary Sheet 213

Answer Key 216

   Part 1 216

   Part 2 218

   Part 3 220

   Part 4 222

   Part 5 224

   Part 6 226

Glossary of Terms and Phrases 228

Introduction

Hi there! I remember when I first started to learn Vietnamese, I had an incredibly hard time finding resources that focused on the southern Vietnamese accent that is widely spoken in the south. Most books I came across focused more on the Northern Accent. There was next to zero resources available that taught Vietnamese using the southern accent. Naturally this made learning the southern accent more difficult and time consuming. To help address this issue and make life easier for you guys, I have written this book with the aim of specifically focusing on teaching you the southern accent which is widely spoken in the southern region of Vietnam in such places as Ho Chi Minh City.

When comparing between the two accents, you will notice that the southern accent is much softer and there is more emphasis behind the sound of words. In the north they tend to speak with a sharper tone and words are expressed quickly without the deep emphasis. In addition, some letters and words are pronounced differently. New learners are quite often caught off guard by this. For example, the letter "d" has more of an English "y" sound in the south compared to the English "z" in the north. To make matters even more confusing, there is also the central accent which is widely spoken in central Vietnam in places such as Da Nang and Hue that sounds quite different from the northern and southern accents. People from the north and south even have difficulty understanding this accent!

In this book I will address everyday common words and phrases used by the local population that include greetings, self-introductions, places, modes of transportation, ordering food and drinks, common everyday expressions, travel, and more. In addition, I have included a section on pronunciation, tones, and grammar. At the end of every chapter, there are some exercises designed to help you apply what you have learned in each chapter. I wrote the book with the aim of keeping things simple yet practical for you.

Vietnam is a country filled with a rich history and culture. Today the country is enjoying rapid economic growth and development and is one of south-east Asia's fastest growing economies. Many international businesses from various countries such as South Korea and Japan have set up shop in Vietnam to take advantage of the numerous opportunities that are available there. As the dynamic country continues to evolve, more and more expats and visitors are finding a need to learn the local language. Even though the country has experienced many hardships in the past, its people remain friendly and open to interacting with visitors. By taking the time and trying to learn their language, you are helping to bridge this gap.

Vietnamese Alphabet

A a   Ă ă   Â â   B b   C c   D d

E e   Ê ê   G g   H h   I i   K k

L l   M m   N n   O o   Ô ô   Ơ ơ

P p   Q q   R r   S s   T t   U u

Ư ư   V v   X x

There are 29 letters in the Vietnamese alphabet including 12 vowels and 17 single consonants. Unlike the English alphabet, there are no F, J, W, or Z in the Vietnamese alphabet.

Pronunciation Guide

Vowels

A a   like "a" in apple
e.g. ma

Ă ă   like "a" but shorter
e.g. ăn

Â â   like "uh"
e.g. cân

E e   like "e" in get
e.g. em, xe

Ê ê   like "e" in prey
e.g. tên, lê

I i/ Y y   like saying the letter "e" as in bee
e.g. lí, đi

O o   like "aww" in saw
e.g. cho

Ô ô   like "oh" or saying the letter "o"
e.g. cô, tô

Ơ ơ   like "uh"
            e.g. cờ

U u   like "u" in glue or "o" in who
            e.g. lu

Ư ư   like "Uhh"
            e.g. dư

Vowel Clusters

Ai   like the word eye or "uy" in buy
        e.g. hai

Ay   like hey but without the "h"
        e.g. tay

Ây   like "eh"
        e.g. đây

Ao   like "ow" in owl
        e.g. cao

Au   like ao but lower your tone
        e.g. mau

Âu   like the "ow" in "slow"
        e.g. nâu

Eo   like "meow" when a cat makes a sound
        e.g. heo

Êu   like eo but shorten the sound
        e.g. kêu

Oa   like "oa" in woah
        e.g. hoa

Oe	like the sounds of "uh" + "eh" e.g. khỏe	
Oai	combine "o" in oh + the sound of ai e.g. khoai	
Ơi	like "u" as in up + "ee" in need e.g. mới, bơi	
Oay	combine "o" in oh + "I" in bite together e.g. xoay	
Oi	like the word oil but without the "l" e.g. hỏi, toi	
Ôi	combine "uh" + "ee" in bee e.g. tôi	
Ua	like "oo" in boo + "au" in Austin e.g. mua, cua	
Ui	like "oo" in boo + "ee" in bee e.g. tui	
Uy	like ui but stretch the sound e.g. huy	
Uô	like "oo" in boo + saying the letter "o" e.g. đuôi	

Uâ	combine the sounds of u + â e.g. chuẩn
Uê	similar to combining the sounds of u + ê. Like the city of "Huệ" but without the "h" e.g. quê
Uyê	like "oo" in boo + "in" in ink e.g. tuyên
Uôi	combine the sounds of u + ôi e.g. đuôi
Uyu	combine the sounds of uy + u e.g. khuỷu tay
Ưa	like "uh" + "a" in apple e.g. mưa
Uơ	combine the sounds of u + ơ e.g. quơ
Ươ	like "uh" + "a" in apply e.g. ược, nước
Ưi	like "uh" + "ee" in bee e.g. ngửi
Ươi	similar to ưi but prolong the sound e.g. tươi, cưới

Ươu	similar to ưu but prolong the sound e.g. hươu, rượu
Ưu	combine the sounds of ư + u e.g. mưu, hưu
Uya	similar to "q" in quee*n* + "ee" in bee + "a" in apple e.g. khuya
Ia	like "ee" in bee + "a" in apple e.g. tia, bia
Iu	sounds like "eww" e.g. xíu, chiu
Iêu	similar to iu but with a slightly raised tone e.g. lieu

Consonants

B b   like "b" in beef
           e.g. ba

C c   like "c" in cut but unaspirated
           e.g. cô

D d   like "y" in you
           e.g. da

Đ đ   like "d" in dog
           e.g. đi

G g   like "g" in get
           e.g. gái

H h   like "h" in hot
           e.g. hoa

K k   same as "c" like cut but unaspirated
           e.g. kem

L l   like "l" in lake
           e.g. lê

M m   like "m" in muffin
           e.g. má

N n	like "n" in noodle e.g. nói
P p	like "p" in pet. Only used as a final consonant e.g. xe đạp
Q q	like "wh" in when. Used together with u only e.g. quận, quạt
R r	like "r" in road e.g. rẻ, rất
S s	can be pronounced either "sh" as in shy or "s" in sun e.g. sang, sân
T t	like "t" in tie but unaspirated like "duh" e.g. táo, thường
V v	like "v" in van. In the south, sometimes it's pronounced like the letter y in English e.g. và, ví, vé
X x	like "s" in sound e.g. xong, xài, xấu

Consonant Clusters

Ch   like the "j" in jump
            e.g. chà, chua

Gi   same as the letter "d" like you
            e.g. gia đinh, gì

Gh   same as the letter "g" like get
            e.g. ghét

Kh   like "k" in kick with aspiration
            e.g. không

Ng   like "ing" in sing
            e.g. nga, ngu

Ngh   same as ng like sing but written as ngh before the vowels I, e, ê
            e.g. nghe, nghỉ

Nh   like the "ni" in senior
            e.g. nhà, như

Ph   like the letter "f" in fire
            e.g. phở, phò

Qu   like "wh" in what
            e.g. quần, qua

Th	like the letter "t" in take with aspiration e.g. thao, thăm
Tr	like the letter "j" in jack e.g. trà, trưa

Initial Consonants:

B   C   Ch   D   Đ   G   Gi   H   K   Kh   L
M N   Nh   Ng/Ngh   Ph   Qu   R   S   T   Th
V   X   Tr

Final Consonants:

C   Ch   M   N   Nh   Ng   P   T

Vietnamese Tones

Vietnamese is a tonal language, meaning that each syllable or word contains a certain tone. if you change its tone, you change the meaning of the word you are trying to express. It is important to express the correct tone when speaking, otherwise misunderstanding and confusion will likely happen. Mastering the tones in Vietnamese can be one of the most difficult aspects of learning Vietnamese for non-native speakers. In southern dialect, there are only 5 tones as opposed to 6 in the north.

1st tone: Thanh ngang: a flat mid-tone that is held constant (⟶)
eg. ma

2nd tone: Thanh huyền: a flat low level tone that drops gradually (↘)
eg. mà

3rd tone: Thanh ngã: a non-flat high broken tone that initially falls, breaks, and rises again. In southern Vietnam, this tone is not used, instead it is combined with the 4th tone thanh hỏi (↙↗)
eg. mã

4th tone: Thanh hỏi: a non-flat low rising tone. The tone initially drops then rises (✓)

eg. mả

5th tone: Thanh sắc: a non-flat high rising tone (↗)

eg. má

6th tone: Thanh nặng: a non-flat low falling tone that drops sharply (↘)

eg. mạ

Introduction to Vietnamese Grammar

This section was written to give you a brief overview to see how Vietnamese grammar works and is not meant to be comprehensive. You will find that once you are applying the things taught in this book in your day to day interactions, that the grammar rules in Vietnamese is actually quite simple compared to English.

Vietnamese grammar follows a very simple and straight forward formula. You will generally see something like the following in a phrase and sentence:

Subject + Verb + Object (SVO)

e.g. Toi đi ngủ. (I go to sleep.)
e.g. Tôi nói tiếng việt. (I speak Vietnamese.)

A unique feature of Vietnamese verbs is that they never change their forms.

e.g. Hôm nay em đi làm. (Today you go to work.)
e.g. Ngày mai tôi đi làm. (Tomorrow I will go to work.)

The verb (đi) doesn't change it's form regardless of the tense or the subject. If we want to change the grammatical meaning, we can add in additional words to the sentence. In addition, there is no verb conjugation in Vietnamese. Verbs depend on context instead.

e.g. Em ăn cơm chưa? (Have you eaten yet?)
e.g. Em ăn cơm rồi. (I ate already.)

In this example, the word "Em" can either refer to you or I depending on the context.

Yes/No Questions and Negative Sentences

I will introduce the word "không" here for you. This word is very useful when we are trying to create yes/no questions or a negative form of a verb. The word means <u>no</u> or <u>not</u>. To create the negative form of a verb we use the following structure: không + verb

e.g. Tôi thích ăn kem.
(I like to eat ice cream.)

vs

e.g Tôi không thích ăn kem. **(negative form)**
(I do not like to eat ice cream.)

Now if we want to use the word "không" as a question particle when asking yes/ no questions, we simply place it at the end of the object or verb in the sentence. In addition, we add the word "có" which means <u>yes</u> or <u>to have</u> to the sentence.

The structure is: subject (có) + verb + object + không?
or
subject (có) + verb/adjective + không?

e.g. Anh có thích ăn kem không? (Do you like to eat ice cream?)
e.g. Em có thích màu đen không? (Do you like the color black?)

Note: The word (có) is optional and can be omitted

e.g. Anh thích ăn kem không? (Do you like to eat ice cream?)

e.g. Em thích màu đen không? (Do you like the color black?)

e.g. Em khỏe không? (How are you?)

Or

e.g. Em (có) khỏe không? (How are you?)

The word "phải" is added to "không" when you want to turn a statement into a question such as clarifying information that we think is correct.

e.g. Em thích ăn kem, phải không? (You like to eat ice cream, right?)

The verb "là" equal to the English verb "to be" has many uses in Vietnamese and you will see it being combined with the word "khong" and "phải" when we want to create the negative form of it. Unlike it's English counterpart, it is not used to connect the verb and the adjective together but rather the subject and the noun that it modifies.

e.g. Tôi tên (là) Dung. (My name is Dung.)

e.g. Tôi (là) sinh viên. (I am a student.)

In some phrases, it can be omitted because a linking verb is often not needed.

e.g. Em đẹp. (You are beautiful.)

instead of:

e.g. Em (là) đẹp.

To create the negative form of (là) we simply add in the word không phải + là in the sentence.

e.g. Tôi không phải là sinh viên. (I am not a student.)

e.g. Anh không phải là ca sĩ. (I am not a singer.)

To create yes/no questions using (là) we can use the following structure:

Subject + có phải là + object + không

e.g. Đó có phải là cái ghế không? (Is that a chair?)

e.g. Đây có phải là khách sạn không? (Is this a hotel?)

Tenses

Unlike in English, tenses in Vietnamese can be omitted if it is not necessary to understand what is going on and the context is understood.

The word "đang" which is equivalent to the English "ing" continuous tense is used when we want to express an action that is currently occurring.

e.g. Tôi đang ăn cơm. (I am eating rice/dinner.)
e.g. Anh đang đọc sách. (I am reading a book.)
e.g. Tôi đang đi ngủ. (I am going to sleep/bed.)

To talk about future events, we use the word "sẽ" which means "will".

e.g. Tôi sẽ đi du lịch. (I will go travel.)
e.g. Em sẽ đi làm. (I will go to work.)

In informal situations however, sẽ can be omitted and instead replaced with the date of a future event.

e.g. Ngày mai tôi đi du lịch. (Tomorrow I will go travel.)

To talk about the past, we can use the word "đã" or "rồi" depending on where they are placed in the sentence. The word "đã" is usually placed in front of the verb.

e.g. Năm trước tôi đã đi Việt Nam. (Last year I went to Vietnam.)

The word "rồi" is placed at the end of the sentence.

e.g. Anh đi làm rồi. (I went to work already.)

e.g. Tôi ăn cơm rồi. (I had dinner already.)

Classifiers and Measure Words

Vietnamese uses an extensive list of classifiers and measure words in grammar to help classify the nouns. Classifiers are used when we want to talk about a specific animal, object, fruit, number, etc. As there are many classifiers in Vietnamese which goes beyond the scope of this book and level, I have only included 3 of the most common classifiers/measure words that you will see in everyday Vietnamese interactions here along with a few more scattered throughout the book. To use classifiers/measure words, we simply put the classifiers in front of the noun.

Classifier/Measure word + Noun

Con: This classifier is used for animals and children.

e.g. Con chó (dog)
e.g. Con gái (girl)

Cái: This classifier/measure word is used for inanimate objects.

e.g. Cái ghế (chair)
e.g. Cái ly (glass)

Trái: Used for fruits

e.g. Trái táo (apple)

e.g. Trái cam (orange)

Pronouns

Vietnamese uses different pronouns depending on the age of the person, the sex, as well as the relationship of the people talking. The following is a list of the most common pronouns used in speech.

Bạn: You or friend. This is commonly used with people who you aren't too close with.

Tôi: I or me. Typically used when you aren't close with the other person.

Anh: Anh can be used in a few different ways. First, it can be used when referring to a male that is older or of the same age as you. Second, it can be used to refer to oneself such as "I" or "me" if you are a male that is the same age or slightly older than the other person. Lastly, it can be used to refer to an older brother when combined with the word "trai" resulting in "anh trai".

Em: Em is used for addressing younger males or females. Like the pronoun "Anh", em can be used to refer to "I" or "me" when talking to someone slightly older. In addition, we can use it to refer to a younger sibling if we combine the word "trai" or "gái" with it:
Em gái (younger sister)
Em trai (younger brother)

Chị: Used to refer to females who are the same age or slightly older then you. In addition, "chị" can be used to

	refer to an elder sister when combined with the word "gái" resulting in "chị gái". Furthermore, it can be used like "I" or "me" as well.
Cô:	Refers to females who are much older than the speaker and can be used like "I" or "me" as well. In addition, it can be used to address older females that the speaker is not familiar with like "auntie or aunt".
Chú:	"uncle"
Ba:	"father"
Mẹ, Má:	"mother"
Con:	Con is used when talking with children. It can be used like "I" or "me". To refer to a son we say "con trai". To refer to a daughter we say "con gái".
Ông:	Refers to grandfather or old man.
Bà:	"grandmother"
Bác:	Refers to an old man or senior.
Tụi mình:	"we". It is used in informal situations with people who the speaker is close with. It can include or exclude the listener.
Chúng ta:	"us or we". This is used in formal situations when the speaker is not close with the people. The listener is

included in the sentence.

Họ: Used to refer to a group of people as "they" or "them".

Third Person Pronouns

To refer to someone in the third person we just add "ấy" to the end of the pronoun. For example:

Anh ấy: "he" or "him"

Em ấy: "she" or "her". Also, can refer to a male if they are younger than the other person.

Cô ấy: "she" or "her"
Chị ấy: "she" or "her"

Part 1: Introductions and Greetings

Hello

Xin chào (formal)

(Jao)

or

Chào (informal)

(Sin jao)

How are you?

Bạn (có) khỏe không?

(Ban (gow) kweh hong)

Note: "có" can be omitted and bạn can be substituted with any pronoun.

Fine

Khỏe

(Kweh)

I am fine

Tôi khỏe

(Toi kweh)

Note: you can substitute any pronoun for tôi.

How about you? / And you?

Còn bạn (thì sao)?

(Gon ban tee sao)

Note: "thì sao" can be omitted.

Me too

Tôi cũng vậy

(Toi guong vhi)

Note: To keep things simple and consistent I will be pronouncing any words that start with the letter "v" with a "v" sound like the word "vậy" but you can also pronounce it with a "y" sound like "yhi".

Name

Tên

(Den)

What is your name?

Bạn tên là gì?

(Ban den la yee)

My name is…

Tôi tên là…

(Toi den la)

Nice to meet you

Rất vui được gặp bạn

(Rut vui duke gup ban)

Very

Rất

(Rut)

Note: The adverb "Rất" is placed before an adjective/verb.

e.g. Rất vui (very happy)

e.g. Rất đẹp (very beautiful)

Goodbye

Tạm biệt

(Dam beak)

See you later

Hẹn gặp lại

(Hang gup lai)

Thank you

Cám ơn

(Gam un)

You're welcome

Không có chi

(Khong goh jee)

It's ok / No problem

Không sao đâu

(Khong sao dao)

Hey / Excuse me

Anh ơi /Em ơi

(Anh oi/Em oi)

Note: If you want to get someone's attention, you can use this common phrase "anh ơi /em ơi". This is a very common phrase and you will be hearing this quite often in Vietnam. These pronouns can be substituted as well.

Yes

Dạ (when addressing an older person)

(Ya)

Ừ (when addressing a younger person)

(Ul)

Note: In addition, there are other ways of answering "yes" depending on the situation and context e.g. đúng. When speaking with someone older than yourself, it is polite to always answer dạ first before replying back.

No

Không

(Khong)

Sorry / Excuse me

Xin lỗi

(Sin loi)

English

Tiếng Anh

(Dieng unh)

Vietnamese

Tiếng Việt

(Dieng veak)

Do you speak English?

Bạn (có) nói tiếng Anh không?

(Ban (goh) noi dieng unh khong)

I don't speak English

Tôi không nói tiếng Anh

(Doi khong noi dieng unh)

Understand

Hiểu
(Hew)

Don't understand

Không hiểu
(khong hew)

Can you repeat that?

Bạn nói lại được không?
(Ban noi lay duke khong?)

Can you speak more slowly?

Bạn nói từ từ được không?
(Ban noi du du duke khong?)

Countries

America

Mỹ
(May)

England

Nước Anh
(Nook Anh)

China

Trung Quốc
(Jung wook)

Canada

Ca Na Đa
(Ganada)

Korea

Hàn Quốc
(Hang wook)

Japan

Nhật Bản
(Nhuk ban)

Thailand

Nước Thái Lan
(Nook Thai lan)

Australia

Nước Úc
(Nook oak)

Laos

Nước Lào

(Nook lao)

Russia

Nước Nga

(Nook Nga)

France

Nước Pháp

(Nook fap)

What is your nationality? / What / which country are you from?

Bạn là người nước nào?

(Ban la nguoi nook now?)

I am from [country] or I am [...]

Tôi là người [Insert your country]

(Doi la nguoi...)

e.g.

Tôi là người Mỹ. (I am American.)

(Doi la nguoi may.)

Another way to ask this question is:

Where are you from?

Bạn từ đâu đến?
(Ban du dao den?)

I come from…

Tôi từ [insert country] đến
(Toi du [insert country] den)

To (as a preposition), come (as a adverb)

Đến

Example Sentences

1.

Speaker 1:

Hello, how are you?

Xin chào, bạn (có) khỏe không?

(Sin chao, ban (goh) kweh khong?)

Speaker 2:

I am fine, thank you. How about you?

Tôi khỏe, cám ơn. Còn bạn (thì sao)?

(Doi kweh, gam un. Gon ban (tee sao)?)

Speaker 1:

I am also fine, thank you.

Tôi cũng vậy, cám ơn.

(Doi gung vhi, gam un.)

Speaker 2:

Your welcome.

Không có chi.

(Khong goh jee.)

2.

Speaker 1:

What is your name?

Bạn tên là gì?
(Ban dern la yee?)

Speaker 2:

My name is Dung. How about you?
Tôi tên là Dung, còn bạn?
(Toi den la Yung, gon ban?)

Speaker 1:

My name is Dinh.
Tôi tên là Dinh.
(Doi den la Yinh.)

Speaker 2:

Nice to meet you.
Rất vui được gặp bạn.
(Rut vui duke gup ban.)

3.

Speaker 1:

Sorry, can you speak more slowly?
Xin lỗi, em nói từ từ được không?
(Sin loi, em noi du du duke khong?)

Speaker 2:

Yes, no problem.

Dạ, không sao đâu.

(Ya, khong sao dao.)

4.

Speaker 1:

Do you understand English?

Em hiểu tiếng Anh không?

(Em hew dieng unh khong?)

Speaker 2:

I don't understand English.

Em không hiểu tiếng Anh.

(Em khong hew dieng unh.)

5.

Speaker 1:

Can you repeat that?

Em nói lại được không?

(Em noi lay duke khong?)

Speaker 2:

Yes, no problem.

Dạ, không sao đâu.

(Ya, khong sao dao.)

6.

Speaker 1:

What nationality are you?

Bạn là người nước nào?

(Ban la nguoi nook now?)

Speaker 2:

I am Canadian. How about you?

Tôi là người Ca Na Đa. Còn bạn?

(Toi la nguoi ganada. Gon ban?)

Speaker 1:

I am Chinese.

Tôi là người Trung Quốc.

(Toi la nguoi jung wook.)

7.

Speaker 1:

Excuse, do you speak English?

Em ơi, em (có) nói tiếng Anh không?

(Em oi, em (goh) noi tieng unh khong?)

Speaker 2:

No, I don't speak English.

Dạ, em không nói tiếng Anh.

(Ya, em khong noi dieng unh.)

Exercises

1.

Match the following Vietnamese and English words together

1. ___ Sorry   a. Tên
2. ___ Thank you   b. Cám ơn
3. ___ No   c. Tạm biệt
4. ___ Vietnamese   d. Chào
5. ___ Fine   e. Dạ
6. ___ Name   f. Không
7. ___ Hello   g. Tiếng Việt
8. ___ America   h. Hiểu
9. ___ English   i. Hẹn gặp lại
10. ___ Understand   j. Nước Úc
11. ___ Goodbye   k. Mỹ
12. ___ Australia   l. Em ơi
13. ___ Hey   m. Xin lỗi
14. ___ Yes   n. Khỏe
15. ___ See you later o. Tiếng Anh

2.

Write out the following sentences in Vietnamese

1. What nationality are you?
   _____

2. Can you repeat that?
   _____

3. How are you?
   _____

4. What is your name?
   _____

5. Nice to meet you
   _____

6. Do you speak English?
   _____

3.

Respond to the following questions in Vietnamese

1. Bạn là người nước nào?
   _____

2. Bạn (có) khỏe không?
   _____

3. Bạn tên là gì?
   _____

4. Bạn (có) nói tiếng Anh không?
   _____

Chapter 1 Vocabulary and Phrase Summary Sheet

Xin chào (formal) or chào	Hello
Bạn (có) khỏe không?	How are you?
Khỏe	Fine
Tôi khỏe	I am fine
Còn bạn (thì sao)?	How about you? And you?
Tên	Name
Bạn tên là gì?	What is your name?
Tôi cũng vậy	Me too
Tôi tên là…	My name is…
Rất vui được gặp bạn	Nice to meet you
Rất	Very
Tạm biệt	Goodbye
Hẹn gặp lại	See you later
Cám ơn	Thank you
Không có chi	Your welcome
Không sao đâu	It's ok, No problem
Anh ơi /em ơi	Hey, Excuse me
Dạ (older person)	Yes
Ừ (younger person)	Yes
Không	No
Tiếng Anh	English
Tiếng Việt	Vietnamese
Bạn (có) nói tiếng Anh không?	Do you speak English?

Tôi không nói tiếng Anh	No, I don't speak English
Hiểu	Understand
Không hiểu	Don't understand
Em nói lại được không?	Can you repeat that?
Em nói từ từ được không?	Can you speak more slowly?
Mỹ	America
Nước Anh	England
Trung Quốc	China
Ca Na Đa	Canada
Hàn Quốc	Korea
Nhật Bản	Japan
Nước Thái Lan	Thailand
Nước Úc	Australia
Nước Lào	Laos
Nước Nga	Russia
Nước Pháp	France
Bạn là người nước nào?	What is your nationality? / What country are you from?
Tôi là người…	I am from…
Đến	To come
Bạn từ đâu đến?	Where are you from?
Tôi từ … đến	I come from…

Part 2: Useful Expressions and Key Words

Ok / Able to / Yes

Được

(Duke)

The word "được" is a common everyday word you will hear quite often that means ok, able to, or yes. It has several uses such as forming part of a question when combined with the word "không" such as:

e.g. Em nói tiếng Anh **được không**? (Can you speak English?)

It can be used when answering a question.

E.g. Tôi nói tiếng Anh **không được**. (I cannot speak English).

Or in a shortened form:

e.g. Không được (no, I can't)

or

eg. Được (yes)

The structure for using "được" generally follows this order:

Subject + verb + object + được

or

subject + verb + được + object

e.g. Tôi nói tiếng Anh được (I can speak English)
e.g. Tôi nói được tiếng Anh (I can speak English)

In addition, the words "**có thể**" which means "able to" or "capable of" can be added to the front of the verb when you are trying to tell someone that you are capable of doing something. However, in informal conversations people usually omit it.

e.g. Tôi (có thể) nói tiếng Anh được. (I can speak English / I am able to speak English.)

Another use of được is when we are asking for permission to do something.
e.g. Con đi chơi được không? (Can I go out to play?)

Lastly, if we are trying to create a negative statement, we simply add in the word "không" in front of "được".
e.g. Hôm nay anh đi chơi không được. (Today I cannot go out to play.)

This

Cái này

(Guy ngai)

e.g.

Em muốn cái này không? (Do you want this?)

(Em muon guy ngai khong?)

That

Cái đó

(Guy daw)

e.g.

Cái đó là gì? (What is that?)

(Guy daw la yee?)

Have

Có

(Goh)

e.g.

Em (có) hiểu không? (Do you understand?)

(Em goh hew khong?)

Who

Ai

(Eye)

e.g.

Cô ấy là ai? (who is she?)

(Goh ai la eye)

What

Gì or cái gì

(Yee) (guy yee)

e.g.

Cái này là cái gì? (What is this?)

(Guy ngai la guy yee?)

Note: Cái gì is only used for objects.

When

Khi

(Key)

e.g.

Khi tôi khát nước, tôi muốn uống nước ép. (When I am thirsty, I want to drink juice.)

(key doi kack nuke, doi muon uong nuke ep.)

When?

Khi nào

(Key now)

If we want to form a question using "when", we can simply add in the word "nào" to form "Khi nào?" meaning "when?". To ask a question about a future event we can use the following formula:

khi nào + subject + verb + object

e.g.

Khi nào em đi Việt nam? (When are you going to Vietnam?)
(Key now em di Vietnam?)

To ask a general question or a past event, we can use the following formula:

Subject + verb + object + khi nào

e.g.

Em đi Việt Nam khi nào? (When did you go to Vietnam?)
(Em day Vietnam key now?)

In, to be at, at

Ở
(Uh)

e.g.

Tôi ở nhà. (I am at home.)
(Toi uh nha.)

Where

Ở đâu
(Uh dow)

e.g.

Em ở đâu? (Where are you?)
(Em uh dow?)

And

Và

(Va)

e.g.

Tôi thích uống cà phê và trà. (I like to drink coffee and tea)
(Doi tit uong ga feh va jah.)

But

Nhưng

(Nh-ung)

e.g.

Tôi muốn mua kem ăn, nhưng tôi không có tiền.
(I want to buy ice cream to eat, but I don't have money.)
(Doi muon mua g-em an, nh-ung doi khong goh dien.)

Because

Tại vì, bởi vì, vì

(Die vee, boy vee, vee)

e.g.

Tôi đang học tiếng Anh vì tôi muốn đi Mỹ.
(I am studying English because I want to go to America.)
(Doi dang hock dieng unh vee doi muon day May.)

Don't

Đừng

(Dung)

e.g.

Đừng có buồn. (Don't be sad.)

(Dung goh buon.)

Live

Sống

(Soung)

e.g.

Tôi sống ở Hà nội. (I live in Hà nội.)

(Doi soung uh Ha noi.)

House / Home

Nhà

(Nha)

e.g.

Anh ở nhà. (I am at home)

(Anh uh nha.)

Go home

Về nhà

(Veh nha)

e.g.

Tôi muốn về nhà. (I want to go home.)

(Toi muon veh nha.)

Here

Ở đây

(Uh die)

e.g.

Anh sống ở đây. (I live here.)

(Anh soung uh die.)

There

Ở đó

(Uh daw)

e.g.

Anh sống ở đó không? (Do you live there?)

(Anh soung uh daw khong?)

There (farther away)

Ở kia

(Uh gea)

e.g.

Ở kia có khách sạn. (There is a hotel there.)

(Uh gea goh kack san.)

Know

Biết

(Beak)

e.g.

Tôi không biết tiếng Anh. (I don't know English.)//
(Toi khong beak dieng unh.)

A little

Một ít, Một chút

(Moc eat, moc jok)

e.g.

Tôi hiểu một ít tiếng Việt. (I understand a little Vietnamese.)

(Toi hew moc eat dieng viet.)

A lot of

Nhiều

(Nhew)

e.g.

Tôi không biết nhiều tiếng Việt. (I don't know a lot of Vietnamese)

(Doi khong beak nhew dieng viet.)

See

Thấy

(Tie-h)

e.g.

Em thấy xe máy anh không? (Do you see my motorbike?)

(Em tie-h seh mai anh khong?)

Speak

Nói

(Noi)

e.g.

Tôi không biết nói tiếng Pháp. (I don't know how to speak French.)

(Doi khong beak noi dieng fap.)

Listen / Hear

Nghe

(Ng-eh)

e.g.

Em nghe anh nói được không? (Can you hear me speak?)

(Em ng-eh anh noi duke khong?)

Read

Đọc

(Doc)

e.g.

Chị đọc tiếng Anh không được. (I cannot read English.)

(Jay doc dieng unh khong duke.)

Write

Viết

(Veak)

e.g.

Em biết viết tiếng Anh không? (Do you know how to write in English?)
(Em beak veak dieng unh khong?)

Study

Học

(Huk)

e.g.

Bạn học tiếng Việt ở đâu? (Where do you study Vietnamese?)
(Ban huk dieng viet uh dow?)

Why

Tại sao

(Die sao)

e.g.

Tại sao em học tiếng Việt? (Why do you study Vietnamese?)
(Die sao em huk dieng viet?)

How

Thế nào

(Teh now)

e.g.

Ăn thế nào? (How to eat it?)
(Ang teh now?)

Note: Usually goes at the end of a question.

Which

Nào

(Now)

e.g.

Em là người nước nào? (Which country are you from?)

(Em la nguoi nook now?)

In

Trong

(Jong)

e.g.

Ở trong phòng ngủ có tivi. (In the bedroom there is a TV.)

(Uh jong phung ngu goh tv.)

On

Trên

(Jen)

e.g.

Đồng hồ ở trên bàn. (The watch is on the table.)

(Dong ho uh jen bang.)

Give / I'll have

Cho

(Jaww)

e.g.

Anh mua cái này cho em. (I bought this for you.)

(Anh moo guy ngai jaw em.)

e.g.

Cho tôi cà phê sữa đá. (I'll have an ice milk coffee.)

(Jaww doi ga feh sua da.)

Go

Đi

(Day)

e.g.

Tôi (đang) đi Sài Gòn. (I am going to Saigon.)

(Doi (dang) day Saigon.)

Like

Thích

(Tut)

e.g.

Anh thích đi du lịch. (I like to go travel.)

(Anh tut day yu lut.)

Negative form:

e.g.

Anh không thích đi làm. (I do not like to go to work.)

(Anh khong tut day lam.)

Want

Muốn

(Muon)

e.g.

Anh muốn đi ngủ. (I want to go to sleep.)

(Anh muon day ng-oh.)

Negative form:

e.g.

Anh không muốn đi ngủ. (I don't want to go to sleep.)

(Anh khong muon day ng-oh.)

With

Với

(Voy)

e.g.

Bạn muốn đi với tôi không? (Do you want to go with me?)

(Ban muon day voy doi khong?)

Play / Go out

Chơi

(Joi)

e.g.

Tối nay em đi chơi. (Tonight, I am going out.)

(Toi nai em day joi.)

How much / How many

Bao nhiêu

(Bao nhew)

e.g.

Khách sạn có bao nhiêu phòng? (How many rooms are in the hotel?)
(Kack san goh bao nhew phung?)

Money

Tiền

(Dien)

e.g.

Cái này bao nhieu tien? (how much is this?)
(Guy ngai bao nhew dien?)

In Vietnam, the local currency is the "đồng" (do-ng), however many establishments also accept US dollars as well. Dollars is pronounced "đô la" (daw la) in Vietnamese.

Cheap

Rẻ

(Reh)

e.g.

Cái này rẻ lắm. (This is very cheap.)
(Guy nhi reh lam.)

Note: "lắm" is an intensifier and means something like "many, a lot, or very".

Expensive

Mắc

(Muck)

e.g.

Cái đó mắc quá. (That is too expensive)

(Guy doh muck wah)

The word "quá" is another intensifier and means something like "too".

Note: In Vietnam, it is very common to bargain and negotiate the price before buying things. In fact, stores often times will give you a much higher price if they know that you are a tourist. Therefore, you should know how to ask for a discount before purchasing items.

To ask for a discount when buying things, you can use one of the following phrases:

Bán cái này rẻ cho tôi đi.
(Please give me a discount / Sell it cheaper for me please.)
(Ban guy ngai reh jaw toi day.)

Or

Bớt chút đi. (Cheaper please.)
(Buc joke day.)

Buy

Mua

(Moo)

e.g.

Anh mua cà phê sữa đá cho em. (I bought an ice coffee for you.)

(Unh moo ga feh sua dah jaw em.)

Sell

Bán

(B-ang)

e.g.

Chị bán cái gì? (What are you selling?)

(Jay b-ang guy yee?)

Objects

Watch / Clock

Đồng hồ

(Dung ho)

e.g.

Anh mua cái đồng hồ bao nhiêu tiền?

(How much did you buy this watch for?)

(Anh moo guy dung ho bao nhew dien?)

Laptop

Máy tính

(Mai dinh)

e.g.

Em mới mua máy tính ở Mỹ. (I just bought this laptop in America.)

(Em moi moo mai dinh uh may.)

Table

(Cái) bàn

(Guy bang)

e.g.

Máy tính ở trên bàn. (The computer is on the table.)

(Mai dinh uh jen bang.)

Book

(Cuốn) sách

(Guon sut)

e.g.

Cuốn sách ở trong phòng ngủ. (The book is in the bedroom.)

(Guon sut o jong phung ngo.)

Television

Tivi

(TV)

e.g.

Em có tivi ở nhà không? (Do you have a TV at home?)

(Em goh tv uh nha khong?)

Telephone

Điện thoại

(Dien toai)

e.g.

Em mua cái điện thoại ở đâu? (Where did you buy this phone?)

(Em moo guy dien toai uh dow?)

Chair

(Cái) ghế

(Guy ghe)

e.g.

(Cái) ghế ở đâu? (Where is the chair?)
(Guy ghe uh dow?)

Pencil

(Cây) bút chì or (Cây) viết chì

(Gay boot jee) (Gay veak chi)

e.g.

Em có bút chì không? (Do you have a pencil?)

(Em goh boot jee khong?)

Pen

(Cây) Bút mực or (Cây) viết

(Ghi boot mook) (Ghi veak)

e.g.

Cái này là cây bút mút. (This is a pen.)

(Guy ngai la ghi boot mook.)

Bag

(Cái) bao

e.g.

Chị cho mot bao được không? (Can you give me a bag please?)

(Jay jaw moak bao duke khong?)

Camera

Maý chụp hình

(Mai jup hinh)

e.g.

Em sẽ mua một maý chụp hình. (I will buy a camera.)

(Em seh mua mook mai jup hinh.)

Picture / Photo

(Tấm) hình

(Dam hinh)

e.g.

Cái này là tấm hình. (This is a photo.)

(Guy nhi la dam hinh.)

Rooms in the house

Living room

Phòng khách

(Phung kack)

e.g.

Ở trong phòng khách có một cái bàn.

(In the living room, there is a table.)

(Uh jong phung kack goh moak guy bang.)

Kitchen

Nhà bếp

(Nha bep)

e.g.

Tôi không thích ăn cơm ở trong nhà bếp.

(I don't like to eat dinner in the kitchen.)

(Toi khong tut ang gom uh jong nha bep.)

Bedroom

Phòng ngủ

(Phung ngu)

e.g.

Ở trong phòng ngủ không có ghế. (There are no chairs in the bedroom.)

(Uh jong phung ngu khong goh ghe.)

Washroom / Bathroom

Nhà vệ sinh

(Nha veh sin)

e.g.

Nhà vệ sinh ở đâu? (Where is the washroom?)

(Nha veh sin uh dao?)

Wait

Đợi

(Doi)

e.g.

Em đợi anh được không? (Can you wait for me?)

(Em doi anh duke khong?)

Age

Tuổi

(Duoi)

e.g.

Tôi hai mươi lăm tuổi (I am 25 years old.)

(Toi hi muoi lam duoi.)

To ask someone's age, you can use the following expression:

Bạn bao nhiêu tuổi? (How old are you?)

(Ban bao nhew duoi?)

Need

Cần

(Gung)

e.g.

Tôi cần đi nhà vệ sinh. (I need to go to the bathroom.)

(Doi gung day nha veh sin.)

Travel

Du lịch

(You lit)

e.g.

Tôi thích đi du lịch. (I like to travel.)

(Toi tut day you lit.)

Sleep

Ngũ

(ngo)

e.g.

Anh ấy không ngủ được ở trong phòng ngủ.

(He cannot sleep in the bedroom.)

(Anh ai khong ngo duke uh jong phung ngo.)

Read

Đọc

(Dulk)

e.g.

Tôi đang đọc sách. (I am reading a book.)

(Doi dang dulk sut.)

Study / Learn

Học

(Hulk)

e.g.

Chị ấy thích học tiếng Việt. (She likes to study Vietnamese.)

(Jay ai tut hulk dieng viet.)

Ask

Hỏi

(Hoy)

e.g.

Tôi muốn hỏi em bao nhiêu tuổi? (I want to ask how old are you?)

(Doi muon hoy em bao nhew duoi?)

Note: to be more polite, you can add the word "cho" together with "hỏi" + the pronoun which is translated as:

May I ask you…

e.g.

Anh cho hỏi em muốn ăn gì? (May I ask what would you like to eat?)

(Anh jaw hoy em muon ang yay?)

Pretty / Beautiful

Đẹp

(Dep)

e.g.

Cái này đẹp lắm. (This is very beautiful.)

(Guy nhi dep lam)

Ugly

Xấu

(Sau)

e.g.

Đôi giày này xấu. (This pair of shoes is ugly.)

(Doi yhi nhi sau.)

Help

Giúp

(yi-up)

e.g.

Bạn có thể giúp tôi không? (Can you help me?)

(Ban goh teh yi-up toi khong?)

Help me

Cứu tôi với

(Guu toi v-oi)

e.g.

Cứu tôi với. Tôi bị lạc. (Help me, I am lost.)
(Guu toi yoi. Doi bay lack.)

Example Sentences

1.

Speaker 1:

Where do you live?

Em sống ở đâu?

(Em soung uh dow?)

Speaker 2:

I live in Vietnam.

Em sống ở Việt Nam.

(Em soung uh viet nam.)

Speaker 1:

Do you like to live in Vietnam?

Em thích sống ở Việt Nam không?

(Em tut suong uh viet nam khong?)

Speaker 2:

I don't like to live in Vietnam, I want to go to America.

Em không thích sống ở Việt Nam, em muốn đi Mỹ.

(Em khong tut suong uh viet nam, em muon day may.)

2.

Speaker 1:

Hey miss, how much is this?

Chị ơi, cái này bao nhieu tien?

(Jay oi, guy ngai bao nhew dien?)

Speaker 2:

This is two hundred thousand dongs.

Cái này là hai trăm ngàn đồng.

(Guy ngaioh la hi jum ngan dung.)

Speaker 1:

This is too expensive!

Cái này mắc quá!

(Guy ngai muck wah!)

Speaker 2:

This isn't expensive, it's very cheap.

Cái này Không có mắc đâu, rẻ lắm.

(Guy ngai khong goh muck dow, reh lum.)

Speaker 1:

Please sell it cheaper for me Miss.

Chị bán cái này rẻ cho tôi đi.

(Jay b-ang guy ngai reh joh doi day.)

Speaker 2:

It's already very cheap.

Rẻ lắm rồi.

(reh lum roy.)

Speaker 1:

One hundred and fifty thousand, ok?

Mười lăm trăm ngàn đi, được không?

(Muoi lum jum ngan day, duke khong?)

Speaker 2:

No, it's already very cheap!

Không được, Rẻ lắm rồi!

(khong duke, reh lum roi!)

3.

Speaker 1:

Do you know how to speak English?

Em biết nói tiếng Anh không?

(Em beak noi dieng anh khong?)

Speaker 2:

I don't know much English, how about you?

Em không biết nhiều lắm tiếng Anh, còn anh thì sao?

(Em khong beak nhew lum dieng anh, gon anh tea sal?)

Speaker 1:

I know a little bit of English.

Anh biết một chút tiếng Anh.

(Anh beak moak joak dieng anh.)

Speaker 2:

Where do you go to study English?

Anh đi học tiếng Anh ở đâu?

(Anh day hock dieng anh uh dow?)

Speaker 1:

I study English at home.

Anh học tiếng Anh ở nhà.

(Doi hock dieng anh uh nha.)

4.

Speaker 1:

Where is the camera?

Maý chụp hình ở đáu?

(Mai jup hinh uh dow?)

Speaker 2:

The camera is in the living room.

Máy chụp hình ở trong phòng khách.

(Mai jup hinh uh jong phung kack.)

5.

Speaker 1:

Did you see where the telephone is?

Em có thấy điện thoại ở đâu không?

(Em goh tieh dean toai uh dow khong?)

Speaker 2:

The telephone is on the table.

Diện thoại ở trên bàn.

(Dean toai uh jen ban.)

6.

Speaker 1:

How old are you?

Em bao nhiêu tuổi?

(Em bao new duoi?)

Speaker 2:

I am twenty-five years old, and you?

Em hai mươi lăm tuổi, còn anh?

(Em hi muoi lum duoi, gon anh?)

Speaker 1:

I am thirty-one years old.

Anh ba mươi mốt tuổi.

(Anh ba muoi moak duoi.)

7.

Speaker 1:

Help me, where is the washroom?

Cứu tôi với, nhà vệ sinh ở đâu?

(Goh doi voi, nha veh sin uh dow?)

Speaker 2:

I saw the washroom over there.

Tôi thấy nhà vệ sinh ở kia.

(Doi tie-h nha veh sin uh key.)

Exercises

1.

Match the following Vietnamese and English words together

1. ___ Cheap   a. Ai
2. ___ Read   b. Ở đâu
3. ___ Camera   c. Sống
4. ___ Telephone   d. Biết
5. ___ Age   e. Một chút
6. ___ Like   f. Trong
7. ___ Where   g. Maý chụp hình
8. ___ Who   h. Điện thoại
9. ___ A little   i. Phòng ngủ
10. ___ Know   j. Tuổi
11. ___ Speak   k. Đọc
12. ___ Live   l. Hỏi
13. ___ In   m. Đồng hồ
14. ___ Bedroom   n. Rẻ
15. ___ Ask   o. Thích
16. ___ Watch   p. Nói

2.

Write out the following sentences in Vietnamese

1. How much is this?
   _____

2. Where do you live?
   _____

3. This is very cheap.
   _____

4. Where is the chair?
   _____

5. I want to go travel.
   _____

6. I am studying Vietnamese.
   _____

3.

Respond to the following questions in Vietnamese

1. Bạn biết nói tiếng Việt không?
   _____

2. Bạn sống ở đâu?
   _____

3. Cái này là gì?
   _____

4. Bán cái này rẻ cho tôi đi, được không?
   _____

Chapter 2 Vocabulary and Phrase Summary Sheet

Được	Ok, able to, yes
Cái này	This
Cái đó	That
Có	Have
Ai	Who
Gì or Cái gì	What
Khi	When
Khi nào	When?
Ở	At, to be at, in
Ở đâu	Where
Và	And
Nhưng	But
Tại vì, Bởi vì, Vì	Because
Đừng	Don't
Sống	Live
Nhà	House / Home
Về nhà	Go home
Ở đây	Here
Ở đó	There
Ở kia	There (farther away)
Biết	Know
Một ít or Một chút	A little

Nhiều	A lot of
Thấy	See
Nói	Speak
Nghe	Listen / Hear
Đọc	Read
Viết	Write
Học	Study
Thế nào	How
Nào	Which
Trong	In
Trên	On
Cho	Give / I'll have
Đi	Go
Thích	Like
Muốn	Want
Với	With
Chơi	Play / Go out
Bao nhiêu	How much / How many
Tiền	Money
Rẻ	Cheap
Mắc	Please give me a discount / Sell it cheaper for me please
Bớt chút đi	Cheaper please
Mua	Buy
Bán	Sell
Đồng hồ	Watch / Clock

Máy tính	Laptop
Bàn	Table
(Cuốn) sách	Book
Tivi	Television
Điện thoại	Telephone
(Cái) ghế	Chair
(Cây) bút chì or (Cây) viết chì	Pencil
(Cây) bút mực or (Cây) viết	Pen
(Cái) bao	Bag
Máy chụp hình	Camera
(Tấm) hình	Picture / Photo
Phòng khách	Living room
Nhà bếp	Kitchen
Phòng ngủ	Bedroom
Nhà vệ sinh	Washroom / Bathroom
Đợi	Wait
Tuổi	Age
Bạn bao nhiêu tuổi?	How old are you?
Cần	Need
Du lịch	Travel
Ngủ	Sleep
Đọc	Read
Học	Study / Learn
Hỏi	Ask
Đẹp	Pretty / Beautiful
Xấu	Ugly

| Giúp | Help |
| Cứu tôi với | Help me |

Part 3: Time, Numbers, and Dates

Numbers:

Number

Số (soh)

Zero

Không (khong)

1-99:

Một (moak)	1
Hai (hi)	2
Ba (bah)	3
Bốn (boon)	4
Năm (num)	5
Sáu (sao)	6
Bảy (byi)	7
Tám (dam)	8
Chín (jin)	9
Mười (muoi)	10

For numbers 11 to 19, simply take Mười (10) + (number 1-9) to arrive at the number.

e.g. Mười + Bảy = Mười Bảy (17)

Mười một (muoi moak)	11
Mười hai (muoi hi)	12
Mười ba (muoi bah)	13
Mười bốn (muoi boon)	14
Mười lăm (muòi lum)	15

*Note: The pronunciation of number 5 changes from năm to lăm for subsequent digits (15, 25, 35, etc.) that have the number five in them except 50 or any denominations with "50" in them.

e.g Hai mươi lăm (25)

e.g. Một ngàn năm tram (1500)

For numbers 20 to 29, simply take hai mười (20) + (number 1-9) to arrive at the number

e.g. Hai mười + tám = Hai mười tám (28)

Use the same formula for subsequent numbers.

Hai mươi (hi mươi)	20
Hai mươi mốt (hi mươi moak)	21

Hai mươi hai (hi mươi hi)	22
Hai mươi ba (hi mươi bah)	23
Hai mươi bốn (hi mươi boon)	24
Hai mươi lăm (hi mươi lum)	25
Ba mươi (bah mươi)	30
Bốn mươi (boon mươi)	40
Năm mươi (nam mươi)	50
Năm mươi lăm (nam mươi lum)	55
Sáu mươi (sao mươi)	60
Bảy mươi (byi mươi)	70
Tám mươi (dam mươi)	80
Chín mươi (chin mươi)	90
Chín mươi chin (jin mươi jin)	99

Note: In the south, they sometimes pronounce any multiples of ten as "chục" up to 90.

e.g.

Hai chục (20)

Ba chục (30)

Bốn chục (40)

Năm chục (50)

The word "chục" is never used with ending digits greater than zero.
e.g. 21, 35, 67, etc.

100 and Up:

Trăm (jum)	A hundred
Ngàn (ngàn)	A thousand
Triệu (jewh)	A million
Tỉ (deey)	A billion

To count digits from 101-109, 201-209, etc. we add the word "lẻ" to it.
E.g. Một trăm lẻ tám (108)

Một trăm (moak jum)	100
Một trăm lẻ một (moak jum le moak)	101
Một trăm lẻ hai (moak jum le hi)	102
Một trăm lẻ ba (moak jum le bah)	103
Một trăm mười (moak jum mười)	110
Một trăm mười một (moak jum mười moak)	111
Một trăm năm mươi (moak jum num mươi)	150
Hai tram (hi jum)	200
Năm tram (num jum)	500
Một ngàn (moak ngàn)	1000
Một ngàn không trăm lẻ một (moak ngàn khong jum le moak)	1001
Hai ngàn (hi ngàn)	2000
Năm ngàn (num ngàn)	5000

Mười ngàn (mười ngàn)	10,000
Một trăm ngàn (moak jum ngàn)	100,000
Một triệu (moak jewh)	1,000,000
Năm triệu (num jewh)	5,000,000
Mười triệu (mười jewh)	10,000,000
Một trăm triệu (moak jum jewh)	100,000,000
Một Tỉ (moak deey)	1,000,000,000

Time:

Sáng (Sang)	Morning
Chiều (Jều)	Afternoon
Tối (Dối)	Evening/night
Giờ (Yio)	Hour
Phút (Folk)	Minute
Giây (yiahi)	Second
Rưỡi (Ruoi)	Half

To tell the time in Vietnamese, we can use the following general structure:

Number + giờ + number + phút + (sáng (morning), chiều (afternoon), or tối (evening))

  e.g. Chín giờ hai mươi lăm phút tối (9:25 pm)
  (Jin yio hi muoi lam folk dối)

In addition to this, we can shorten this structure by adding the word "rưỡi" if we are talking about half past the hour or to refer to half an hour.

  e.g. Tám giờ rưỡi sáng (8:30 am)
  instead of
  Tám giờ ba mươi phút sáng (8:30 am)

There are usually two common ways to ask for the time in Vietnamese.

Mấy giờ rồi? (What time is it?)
(Mai yio roy?)

Bây giờ là mấy giờ? (What is the time now?)
(Bhi yio la mai yio)

The word "mấy giờ" can also be used to form questions.

e.g.
Mấy giờ em đi làm? (What time will you go to work?)
(Mai yio em day lam?)

e.g.
Mấy giờ bạn đi ngủ? (What time do you go to sleep?)
(Mai yio ban day ngo?)

The word "lúc" functions much like the English word "at" and is used when asking or telling a specific time.

e.g. Lúc chín giờ sang. (At 9:00 a.m.)

If we want to ask a specific time then we would combine "lúc "together with the word "mấy giờ" and place them at the end of the sentence. The general structure would be something like this:

subject + verb + lúc mấy giờ?

e.g.
Anh đi ngủ lúc mấy giờ? (What time do you go to sleep?)
(Unh day ngu luke mai yio?)

Lúc mấy giờ by itself means "at what time?"

Days of the week:

Ngày (nghi)	Day
Hôm qua (home wah)	Yesterday
Hôm nay (home nghi)	Today
Ngày mai (nghi mai)	Tomorrow
Mỗi ngày (moi nghi)	Everyday
Tuần (duan)	Week
Cuối tuần (guoi duan)	Weekend
Này (Nhi)	This
Tuần này (duan nhi)	This week
Tuần trước (duan juoc)	Last week
Tuần sau (duan sau)	Next week

e.g.
Hôm nay em có đi làm không? (Are you going to work today?)
(Home nhi em goh day lam khong?)
e.g.
Ngày mai tôi sẽ đi làm. (Tomorrow I will go to work.)
(Nghi mai toi seh day lam.)

Thứ hai (túrl hi)	Monday
Thứ ba (túrl bah)	Tuesday
Thứ tư (túrl dưl)	Wednesday
Thứ năm (túrl num)	Thursday

Thứ sáu (tứl sal)	Friday
Thứ bảy (tứl byhi)	Saturday
Chủ nhật (joe nook)	Sunday

To ask what day it is, you can use the following structure:

(Hôm qua, Hôm nay, or Ngày mai) + là thứ mấy?

| Hôm nay là thứ mấy? | What day is it today? |
| (Home nghi la tul mai?) | |

| Ngày mai là thứ mấy? | What day is tomorrow? |
| (Ngay mai la tul mai?) | |

| Hôm qua là thứ mấy? | What day was yesterday? |
| (Home wah la tul mai?) | |

To reply, you simply use the following structure:

(Hôm qua, Hôm nay, or Ngày mai) + là thứ + (day of the week)

or thứ + (day of the week)

e.g. Hôm nay là thứ sáu. (Today is Friday.)

or

Thứ sáu

Months:

Tháng (tang)	Month
Tháng một (tang moak)	January
Tháng hai (tang hi)	February
Tháng ba (tang bah)	March
Tháng tư (tang dul)	April
Tháng năm (tang num)	May
Tháng sáu (tang sal)	June
Tháng bảy (tang byi)	July
Tháng tám (tang dum)	August
Tháng chín (tang jin)	September
Tháng mười (tang mười)	October
Tháng mười một (tang mười moak)	November
Tháng mười hai (tang mười hi)	December
Trước (juoc)	Last
Tháng trước (tang juoc)	Last month
Sau (sau)	Next
Tháng sau (tang sau)	Next month
Tháng này (tang nhi)	This month

To express previous months, we can use the following structure:

(month) + tháng trước

e.g.

Ba tháng trước (three months ago)

(Bah tang juoc)

> To express future months: (month) + tháng sau

e.g.

Ba tháng sau (three months later)

(Bah tang sau)

Note: Trước and sau can also be used to refer to past or future days and weeks as well.

e.g.

Ba ngày trước (three days ago)

(Bah nghi juoc)

e.g.

Hai ngày sau (two days later)

(Hi nghi sau)

Year:

Năm (num)	Year
Ngoái (nghy)	Last
Tới (doi)	Next
Năm trước (num juoc)	Last year
Năm nay (num nhi)	This year
Năm sau (num sau)	Next year
Năm ngoái (num nghy)	Last year
Năm tới (num doi)	Next year

To ask about the year, we can use the following phrase:

Năm nay là năm mấy? (What year is it?)

To reply use the following structure:

Năm nay là năm + (number)

e.g.
Năm nay là năm hai mươi ngàn không trăm mười bảy.
(It is the year 2017.)
(Num nhi la num hi mươi ngan khong jum mười byi.)

Note: Ngoái and tới are only used for the years.

To ask about dates, we can use the following structure:
(Hôm qua, Hôm nay, or Ngày mai) + là ngày mấy?

Hôm nay là ngày mấy?   (What is the date today?)
(Hom nghi la ngay mai)

Ngày mai là ngày mấy?   (What is the date tomorrow?)
(Ngay mai la nghi mai?)

Hôm qua là ngày mấy?   (What was the date yesterday?)
(Hom wah la ngay mai?)

To reply to the question, you simply answer using the following structure:

(Ngày + number) + (tháng + number)

e.g.

Hôm nay là ngày mười tháng tám. (today is August 10th.)
(Hom nhi la nghi muoi tang dam.)

Example Sentences

1.

Speaker 1:
What time is it?
Mấy giờ rồi?
(Mai yio roy?)

Speaker 2:
9:30 am
Chín giờ rưỡi sáng.
(Jin yio ruoi sang.)

2.

Speaker 1:
What time will you go to work?
Mấy giờ anh đi làm?
(Mai yio anh day lam?)

Speaker 2:
8:00 am
Tám giờ sáng.
(Dam yio sang.)

3.

Speaker 1:

What are you doing this weekend?

Em đang làm gì cuối tuần này?

(Em dang lam yi guoi duan nhi?)

Speaker 2:

Tomorrow I will go travel, and you?

Ngày mai em đi du lịch, còn anh?

(Nghi mai em day you lit, gon anh?)

Speaker 1:

Tomorrow I will study Vietnamese at home.

Ngày mai anh học tiếng Việt ở nhà.

(Nghi mai anh hulk dieng viet uh nha.)

4.

Speaker 1:

Do you have class on Thursday?

Thứ năm em có đi học không?

(Tul num em goh day hulk khong?)

Speaker 2:

I don't have class on Thursday.

Thứ năm em không có đi học.

(Tul nu mem khong goh day hulk.)

5.

Speaker 1:

Tomorrow is Saturday. Where do you want to go?

Ngày mai là thứ bảy. Em muốn đi đâu?

(Nghi mai la tul byi. Em muon day dao?)

Speaker 2:

Tomorrow I want to go to Nha Trang.

Ngày mai em muốn đi Nha Trang.

(Nghi mai em muon day Nha Trang.)

6.

Speaker 1:

What day was yesterday?

Hôm qua là thứ mấy?

(Home wah la tul mai?)

Speaker 2:

Yesterday was Wednesday

Hôm qua là thứ tư.

(Home wah la tul dul.)

7.

Speaker 1:

When will you go to Vietnam?

Khi nào bạn đi Việt Nam?

(Key now ban day Vietnam)

Speaker 2:

Next month I will go.

Tháng sau tôi sẽ đi.

(Tang sau doi seh day.)

Exercises

1.

Write out the following numbers in Vietnamese

a) 200
_____

b) 65
_____

c) 10
_____

d) 25
_____

e) 338
_____

f) 1050
_____

g) 34,000
_____

h) 165,100
_____

2.

Write out the following sentences in Vietnamese

1. What time is it?
   _____

2. What day is it today?
   _____

3. It is 3:30pm.
   _____

4. Tomorrow I will go to school.
   _____

5. What year is it?
   _____

6. Today is the 30th of November.
   _____

3.

Respond to the following questions in Vietnamese

1. Bạn đi làm lúc mấy giờ?

   _____

2. Ngày mai là ngày mấy?

   _____

3. Cái máy tính bao nhiêu tiền?

   _____

4. Hôm qua em đã làm gì?

   _____

Chapter 3 Vocabulary and Phrase Summary Sheet

Số	Number
Không	Zero
Một	1
Hai	2
Ba	3
Bốn	4
Năm	5
Sáu	6
Bảy	7
Tám	8
Chín	9
Mười	10
Mười một	11
Mười hai	12
Mười ba	13
Mười bốn	14
Mười lăm	15
Hai mươi, Hai chục	20
Hai mươi mốt	21
Hai mươi hai	22
Hai mươi ba	23
Hai mươi bốn	24
Hai mươi lăm	25
Ba mươi, Ba chục	30
Bốn mươi, Bốn chục	40
Năm mươi, Năm chục	50
Năm mươi lăm	55
Sáu mươi, Sáu chục	60

Bảy mươi, Bảy chục	70
Tám mươi, Tám chục	80
Chín mươi, Chín chục	90
Chín mươi chin	99
Trăm	A hundred
Ngàn	A thousand
Triệu	A million
Tỉ	A billion
Một trăm	100
Một trăm lẻ một	101
Một trăm lẻ hai	102
Một trăm lẻ ba	103
Một trăm mười	110
Một trăm mười một	111
Một trăm năm mươi	150
Hai trăm	200
Năm trăm	500
Một ngàn	1000
Một ngàn không trăm lẻ một	1001
Hai ngàn	2000
Năm ngàn	5000
Mười ngàn	10,000
Một trăm ngàn	100,000
Một triệu	1,000,000
Năm triệu	5,000,000
Mười triệu	10,000,000
Một trăm triệu	100,000,000
Một Tỉ	1,000,000,000
Sáng	Morning
Chiều	Afternoon
Tối	Evening/Night
Giờ	Hour

Phút	Minute
Giây	Second
Rưỡi	Half
Mấy giờ rồi?	What time is it?
Bây giờ là mấy giờ?	What is the time now?
Lúc	At
Lúc mấy giờ?	At what time?
Ngày	Day
Hôm qua	Yesterday
Hôm nay	Today
Ngày mai	Tomorrow
Mỗi ngày	Everyday
Tuần	Week
Cuối tuần	Weekend
Này	This
Tuần này	This week
Tuần trước	Last week
Tuần sau	Next week
Thứ hai	Monday
Thứ ba	Tuesday
Thứ tư	Wednesday
Thứ năm	Thursday
Thứ sáu	Friday
Thứ bảy	Saturday
Chủ nhật	Sunday
Hôm nay là thứ mấy?	What day is it today?
Ngày mai là thứ mấy?	What day is tomorrow?
Hôm qua là thứ mấy?	What day was yesterday?
Tháng	Month
Tháng một	January
Tháng hai	February
Tháng ba	March

Tháng tư	April
Tháng năm	May
Tháng sáu	June
Tháng bảy	July
Tháng tám	August
Tháng chín	September
Tháng mười	October
Tháng mười một	November
Tháng mười hai	December
Trước	Last
Tháng trước	Last month
Sau	Next
Tháng sau	Next month
Tháng này	This month
Năm	Year
Ngoái	Last
Tới	Next
Năm trước	Last year
Năm nay	This year
Năm sau	Next year
Năm ngoái	Last year
Năm tới	Next year
Năm nay là năm mấy?	What year is it?
Hôm nay là ngày mấy	What is the date today?
Ngày mai là ngày mấy?	What is the date tomorrow?
Hôm qua là ngày mấy?	What was the date yesterday?

Part 4: Food and Drinks

Eat

Ăn

(Ang)

e.g.

Tôi thích ăn trái cây. (I like to eat fruits.)

(Doi tut ang jhi guy.)

Drink

Uống

(Uu-ong)

e.g.

Em thích uống sữa nóng. (I like to drink hot milk.)

(Em tut uu-ong sua n-ong.)

Yet

Chưa

(Jua)

e.g.

Em ăn cơm chưa? (Have you eaten yet?)

(Em ang gom jua?)

Hungry

Đói bụng

(Doi bo-ng)

e.g.

Anh đói bụng quá. (I am very hungry.)

(Anh doi bo-ong wah)

Thristy

Khát

(Kack)

e.g.

Khi khát nước, tôi muốn uống nước lạnh.

(When I'm thirsty, I want to drink cold water.)

(Key kack nuke, doi muon uu-ong lun.)

Full

No

(Naw)

e.g.

Anh no rồi. (I'm full already.)

(Anh naw roy.)

Cook

Nấu / Nấu ăn

(Nauw)

e.g.

Anh ấy thích nấu gà ăn cơm. (He likes to cook chicken to eat dinner.)

(Unh ae tut nauw gah ang gom.)

Fry

Chiên

(Jea-ng)

e.g.

Em thích ăn gà chiên. (I like to eat fried chicken.)

(Em tut ang gah jea-ng.)

Sweet

Ngọt

(Noc)

e.g.

Cái này ngọt quá. (This is too sweet.)

(Guy nhi noc wah.)

Sour

Chua

(ju-a)

e.g.

Trái táo này chua lắm. (This apple is very sour.)

(Jhi dao nhi ju-a lum.)

Salty

Mặn

(Mun)

e.g.

Tôi không thích ăn phở có nhiều mặn.

(I don't like to eat pho with a lot of salt.)

(Doi khong tut ang foel goh nhew mun.)

Spicy

Cay

(G-hi)

e.g.

Món ăn bún bò huế cay lắm. (The dish bún bò huế is very spicy.)

(Mun ang boon bow hue g-hi lum.)

Bitter

Đắng

(Du-ng)

e.g.

Cà phê này có đắng không? (Is this coffee bitter?)

(Ga feh nhi goh du-ng khong?)

Bland

Nhạt

(Nh-uck)

e.g.

Cái trà sữa nhạt qua. (This milk tea is very bland).

(Guy jah sua nh-uck wah.)

Tasty / Delicious

Ngon

(Ng-on)

e.g.

Quán ăn nay nấu phở ngon không? (

Does this restaurant make delicious Pho?)

(Wan ang nhi nauw foel ng-on khong?)

Rice

Cơm

(Gom)

Note: When "cơm" is combined with "ăn" to form "ăn cơm", it can mean to eat dinner or to eat rice depending on the context.

Noodles

Mì

(Me)

Condiments:

Fish sauce

Nước mắm
(Nuoc mum)

Soy sauce

Nước tương
(Nuoc duong)

Chili sauce

Tương ớt
(Duong oud)

Salt

Muối
(Muoi)

Sugar

Đường
(Du-ong)

Pepper

Tiêu
(Dieu)

Sesame oil

Dầu mè

(yau meh)

Traditional Vietnamese Foods:

Phở (Fhol) A traditional hearty soup made with a savory rich beef broth combined with exotic spices, fine cuts of meats, rice noodles, and topped with fresh herbs.

Cơm tấm (Gom dum) Vietnamese broken rice usually served with a combination of grilled porkchops, grilled chicken, steamed egg, fried egg, and shredded porkskin.

Bún bò huế (Buong bo hwey) A slightly spicy yet flavorful soup topped with thick vermicelli noodles, assorted cuts of meat, and lots of fresh herbs and vegetables.

Gỏi cuốn (Yoi guon) Fresh spring rolls stuffed with vermicelli noodles, cooked shrimp, pork, herbs, and dipped in a sweet savory hoisin peanut sauce.

Bánh mì (Bun may) A fresh baked Vietnamese baguette sandwich loaded with traditional Vietnamese cold cuts, pate, Vietnamese mayonnaise, picked carrot and radish,

	cucumber, cilantro, and other fresh herbs.
Bánh xèo (Bun sel)	Vietnamese traditional pancake made with rice flour and topped with shrimp, pork, beansprouts, mung beans, and served with fish sauce for dipping.
Chả giò (Ja yoh)	Vietnamese deep fried crispy spring rolls loaded with meat and spices.

Drinks:

Ice

Đá
(Dah)

Hot

Nóng
(N-ong)

Cold

Lạnh
(Lunh)

Glass

(Cái) Ly
((Guy) Lee)

Cup

Cốc
(Gulp)

Bottle

(Cái) Chai
((Guy) Jhi)

Coffee

Cà phê

(Gah feh)

Hot coffee

Cà phê nóng

(Gah feh n-ong)

Vietnamese ice coffee with condensed milk

Cà phê sữa đá

(Gah feh sua dah)

Milk

Sữa

(Sua)

Tea

Trà

(Jah)

Milk tea

Trà sữa

(Jah sua)

Ice tea

Trà đá
(Jah dah)

Water

Nước
(Nook)

Juice

Nước ép
(Nook ep)

Note: To refer to a specific fruit juice, we remove the word "ép" and substitute it with the name of the fruit.
e.g. Nước táo (Apple juice)

Smoothie / Shake

Sinh tố
(Sin doh)
e.g.
Cho tôi một ly sinh tố bơ. (Give me a glass of avocado shake.)
(Jaw doi moak lee sin doh bouw)

Soft Drinks

Nước ngọt
(Nook ngoc)

Beer

Bia

(Be-a)

Red wine

Rượu vang đỏ

(Row vang doh)

Alcohol

Rượu

(Row)

To order a drink in Vietnamese you can use the following structure:

Cho tôi (number) + (glass, bottle, cup) + item

e.g.
Cho tôi một ly trà đá (Give me a glass of ice tea.)
(Jaw doi moak lee jah dah.)

e.g.
Cho tôi một cốc cà phê. (Give me a cup of coffee.)
(Jaw doi moak gulp gah feh.)

e.g.

Cho tôi một chai bia. (Give me a bottle of beer.)

(Jaw doi moak jhi be-a.)

Please

Vui lòng

(Vui luong)

Optional: You can make the phrase more polite by adding the words "vui lòng" which means "please".

e.g.

Vui lòng cho tôi một ly trà đá. (Please give me one glass of iced tea.)

(Yui luong jaw doi moak lee jah dah.)

Example Sentences:

Tôi không thích uống cà phê. (I don't like to drink coffee.)

(Doi khong tut uw-ong gah feh.)

Cho anh một ly nước lạnh. (Give me a glass of cold water.)

(Jaw anh moak lee nook lunh.)

Em muốn uống nước cam. (I want to drink orange juice.)

(Em muon uw-ong nook gam.)

Fruits:

Fruit

Trái
(Jhi)

Apple

Trái táo
(Jhi dao)

Orange

Trái cam
(Jhi gam)

Banana

Trái chuối
(Jhi juoi)

Mango

Trái xoài
(Jhi soai)

Strawberry

Trái dâu
(Jhi yau)

Mangosteen

Trái măng cụt

(Jhi mung goot)

Avocado

Trái bơ

(Jhi bouw)

Pinapple

Trái thơm

(Jhi tom)

Rambutan

Trái chôm chôm

(Jhi jom jom)

Dragon fruit

Trái thanh long

(Jhi tun luong)

Durian

Trái sầu riêng

(Jhi sau rieng)

Guava

Trái ổi

(Jhi oi)

Jackfruit

Trái mít

(Jhi Meet)

Pear

Trái lê

(Jhi lae)

Coconut

Trái dừa

(Jhi yua)

Papaya

Trái đu đủ

(Jhi do doh)

Soursop

Trái mãng cầu gai

(Jhi mang gau guy)

Custard Apple

Trái mãng cầu ta
(jhi mung gau da)

Sapodilla

Trái sa pô chê
(Jhi sa poe jay)

Longan

Trái nhãn
(Jhi nhang)

Lychee

Trái vải
(Jhi vhi)

Pomelo

Trái bưởi
(Jhi buoi)

Peach

Trái đào
(Jhi dao)

Watermelon

Trái dưa hấu

(Jhi yua hao)

Grape

Trái nho

(Jhi nh-oh)

Passion fruit

Trái chanh dây

(Jhi janh yhi)

Lemon

Trái chanh

(Jhi janh)

Cherry

Trái che ri

(Jhi je rey)

Vegetables:

Vegetables

Rau
(Rau)

Potato

Khoai tây
(khoai dieh)

Sweet Potato

khoai lang
(khoai lang)

Corn

Bắp
(Bup)

Cabbage

Bắp cải
(Bup guy)

Pennywort

Rau má
(Rao ma)

Red bean

Đậu đỏ

(Dow doh)

Green bean (Mung bean)

Đậu xanh

(Dow sun)

Black bean

Đậu đen

(Dow den)

Artichoke

Atisô

(A-tee-so)

Eggplant

Cà tím

(Ga dim)

Broccoli

Bông cải xanh

(Bung guy sun)

Cauliflower

Bông cải trắng

(Bung guy jung)

Green bean (peas)

Đậu hà lan

(Dow ha lan)

Carrot

Củ cải đỏ/ Cà rốt

(Go guy doh)/ (Ga rut)

Celery

Cần tây

(Gun diey)

Zucchini

Bí ngòi

(Bee ng-oi)

Cucumber

Dưa leo

(yua lelw)

Garlic

Tỏi
(Doi)

Parsley

Rau mùi tây
(Rao mui dieh)

Tomato

Cà chua
(Ga jua)

Bitter melon

Quả khổ qua
(Wahh kgo wah)

Cilantro

Ngò
(Ng-oh)

Basil

Rau quế
(Rao wue)

Coriander

Ngò gai
(Ng-oh guy)

Beansprouts

Giá
(Ya)

Mushroom

Nấm
(Num)

Green onions

Hành lá
(Hunh la)

Onions

Củ hành
(guh hunh)

Taro

Khoai môn
(Khoai mong)

Ginger

Gừng
(Gung)

Bell peppers

Ớt chuông
(Oud juong)

Chili

Ớt
(Oud)

Lettuce

Xà lách
(Sa lat)

Salad

Gỏi
(Goi)

Meat and Seafood:

Meat

Thịt
(Tit)

Beef

Thịt bò
(Tit baw)

Pork

Thịt heo
(Tit hale)

Chicken meat / Chicken

Thịt gà / gà
(Tit gàh)

Egg

Trứng
(Jung)

Duck meat

Thịt vịt
(Tit veat)

Goose meat

Thịt ngỗng
(Tit ng-ong)

Goat meat

Thịt dê
(Tit yay)

Seafood

Hải sản
(Hi san)

Fish

Cá
(Gáh)

Shrimp

Tôm
(Dom)

Lobster

Tôm hùm
(Dom hum)

Crab

Cua
(G-ua)

Squid

Mực
(Muck)

Octopus

Bạch tuộc
(Butt duoc)

Oyster

Con hàu
(Gon hao)

Clam

Con nghêu
(Gon ng-hew)

Kitchenware:

Pair of chopsticks

Đôi đũa
(Doi du-a)

A chopstick

Chiếc đũa
(Jeck du-a)

Spoon

Muỗng
(Muong)

Fork

Nĩa
(Ni-a)

Plate

(Cái) Đĩa
((Guy) Di-a)

Dish

Món ăn
(Mun Ang)

Knife

(Con) Dao
((Gon) Yao)

Bowl

Cái tô
((Guy) doe)

Example Sentences

1.

Speaker 1:

Did you eat yet?

Anh ăn cơm chưa?

(Anh ang gom jua?)

Speaker 2:

I ate already. What about you?

Anh ăn rồi. Còn em?

(Anh ang roy. Gone m?)

Speaker 1:

I didn't eat yet. I'm very hungry.

Em chưa ăn. Em đói bụng lắm.

(Em jua ang. Em doi bung lum.)

2.

Speaker 1:

What do you like to eat?

Em thích ăn cái gì?

(Em tut ang guy yee?)

Speaker 2:

I like to eat cơm tấm. What about you?

Em thích ăn cơm tấm. Còn anh?

(Em tut an gom dum. Gon anh?)

Speaker 1:

I like to eat noodles.

Anh thích ăn mì.

(Anh tut ang me.)

3.

Speaker 1:

What are you cooking today?

Hôm nay em nấu cái gì?

(Hom nhi em nau guy yee?)

Speaker 2:

Today I am frying bánh xèo. Do you like to eat bánh xèo?

Hôm nay em chiên bánh xèo. Anh thích ăn bánh xèo không?

(Hom nhi em jea-ng banh sel. Anh tut ang banh sel khong?)

Speaker 1:

I don't like to eat bánh xèo.

Anh không thích ăn bánh xèo.

(Anh khong tit ang banh sel)

Speaker 2:

Why don't you like to eat bánh xèo?

Tại sao anh không thích ăn bánh xèo?

(Die sal anh khong tut an Banh sel?)

Speaker 1:

Bánh xèo has beansprouts. I can't eat beansprouts.

Bánh xèo có giá. Anh Không ăn được giá.

(Banh sel goh ya. Anh Khong ang duke ya.)

4.

Speaker 1:

Hey miss, please give me a glass of cold water.

Chị ơi, vui lòng cho tôi một ly nước lạnh.

(Jay oi, vui long jaw doi moak Lee nuke lun.)

Speaker 2:

Sorry, we don't sell cold water here.

Xin lỗi, ở đây không có bán nước lạnh.
(Sin loi, uh die khong goh bang nuke lun.)

5.

Speaker 1:

Hey miss, are those mangos sour?
Chị ơi, xoài đó có chua không?
(Jay oi, soai doh goh jua khong?)

Speaker 2:

Those mangos are not sour, they are very sweet.
Xoài đó không có chua, ngọt lắm.
(Soai doh khong goh jua, ngoc lum.)

6.

Speaker 1:

Can you eat Korean food?
Em có ăn được món ăn Hàn Quốc không?
(Em goh ang duke mung ang hun wook khong?)

Speaker 2:

I cannot eat Korean food. Korean food is too spicy.

Em không ăn được món ăn Hàn Quốc. Món ăn Hàn Quốc cay lắm.
(Em khong ang duke mung ang hun wook. Mung ang han wook guy lum.)

Exercises

1.

Match the following Vietnamese and English words together

1. ___ Meat   a. Ngọt
2. ___ Corn   b. Nước mắm
3. ___ Artichoke   c. Cay
4. ___ Lemon   d. Phở
5. ___ Seafood   e. Bia
6. ___ Fish   f. Trái bơ
7. ___ Beer   g. Trái chanh
8. ___ Dish   h. Bắp
9. ___ Avocado   i. Atisô
10. ___ Sweet   j. Giá
11. ___ Beef   k. Thịt
12. ___ Spoon   l. Hải sản
13. ___ Fish sauce   m. Cá
14. ___ Spicy   n. Muỗng
15. ___ Beef noodle soup   o. Món ăn
16. ___ Beansprout   p. Thịt bò

2.

Write out the following sentences in Vietnamese

1. Please give me a plate of spring rolls.
   _____

2. Have you eaten yet?
   _____

3. I am very hungry.
   _____

4. Please give me a pair of chopsticks.
   _____

5. I don't like to eat fish.
   _____

6. I am very thirsty.
   _____

3.

Respond to the following questions in Vietnamese

1. Bạn biết nấu ăn không?
   _____

2. Bạn thích ăn cái gì?
   _____

3. Bạn thích ăn cay không?
   _____

4. Trái táo này ngọt không?
   _____

Chapter 4 Vocabulary and Phrase Summary Sheet

Ăn	Eat
Uống	Drink
Chưa	Yet
Đói bụng	Hungry
Khát	Thristy
No	Full
Nấu / Nấu ăn	Cook
Chiên	Fry
Ngọt	Sweet
Chua	Sour
Mặn	Salty
Cay	Spicy
Đắng	Bitter
Nhạt	Bland
Ngon	Tasty / Delicious
Cơm	Rice
Mì	Noodles
Nước mắm	Fish sauce
Nước tương	Soy sauce
Tương ớt	Chili sauce
Muối	Salt
Đường	Sugar
Tiêu	Pepper
Dầu mè	Sesame oil
Phở	Vietnamese beef noodle soup
Cơm tấm	Vietnamese broken rice
Bún bò huế	Spicy Hue soup
Gỏi cuốn	Spring rolls

Bánh mì	Vietnamese baguette sandwich
Bánh xèo	Vietnamese pancakes
Chả giò	Deep fried spring rolls
Đá	Ice
Nóng	Hot
Lạnh	Cold
(Cái) Ly	Glass
Cốc	Cup
(Cái) Chai	Bottle
Cà phê	Coffee
Cà phê nóng	Hot coffee
Cà phê sữa đá	Vietnamese ice coffee with condensed milk
Sữa	Milk
Trà	Tea
Trà sữa	Milk tea
Trà đá	Ice tea
Nước	Water
Nước ép	Juice
Sinh tố	Smoothie / Shake
Nước ngọt	Soft Drinks
Bia	Beer
Rượu vang đỏ	Red wine
Rượu	Alcohol
Vui lòng	Please
Trái	Fruit
Trái táo	Apple
Trái cam	Orange
Trái chuối	Banana
Trái xoài	Mango
Trái dâu	Strawberry
Trái măng cụt	Mangosteen

Trái bơ	Avocado
Trái thơm	Pinapple
Trái chôm chôm	Rambutan
Trái thanh long	Dragon fruit
Trái sầu riêng	Durian
Trái ổi	Guava
Trái mít	Jackfruit
Trái lê	Pear
Trái dừa	Coconut
Trái đu đủ	Papaya
Trái măng cầu gai	Soursop
Trái măng cầu ta	Custard Apple
Trái sa pô chê	Sapodilla
Trái nhãn	Longan
Trái vải	Lychee
Trái bưởi	Pomelo
Trái đào	Peach
Trái dưa hấu	Watermelon
Trái nho	Grape
Trái chanh dây	Passion fruit
Trái chanh	Lemon
Trái che ri	Cherry
Rau	Vegetables
Khoai tây	Potato
khoai lang	Sweet Potato
Bắp	Corn
Bắp cải	Cabbage
Rau má	Pennywort
Đậu đỏ	Red bean
Đậu xanh	Green bean (Mung bean)
Đậu đen	Black bean
Atisô	Artichoke

Cà tím	Eggplant
Bông cải xanh	Broccoli
Bông cải trắng	Cauliflower
Đậu hà lan	Green bean
Củ cải đỏ/ Cà rốt	Carrot
Cần tây	Celery
Bí ngòi	Zucchini
Dưa leo	Cucumber
Tỏi	Garlic
Rau mùi tây	Parsley
Cà chua	Tomato
Quả khổ qua	Bitter melon
Ngò	Cilantro
Rau quế	Basil
Ngò gai	Coriander
Giá	Beansprouts
Nấm	Mushroom
Hành lá	Green onions
Củ hành	Onions
Khoai môn	Taro
Gừng	Ginger
Ớt chuông	Bell peppers
Ớt	Chili
Xà lách	Lettuce
Gỏi	Salad
Thịt	Meat
Thịt bò	Beef
Thịt heo	Pork
Thịt gà / gà	Chicken meat / Chicken
Trứng	Egg
Thịt vịt	Duck meat
Thịt ngỗng	Goose meat

Thịt dê	Goat meat
Hải sản	Seafood
Cá	Fish
Tôm	Shrimp
Tôm hùm	Lobster
Cua	Crab
Mực	Squid
Bạch tuộc	Octopus
Con hàu	Oyster
Con nghêu	Clam
Đôi đũa	Pair of chopsticks
Chiếc đũa	A chopstick
Muỗng	Spoon
Nĩa	Fork
(Cái) Đĩa	Plate
Món ăn	Dish
(Con) Dao	Knife
Cái tô	Bowl

Part 5: Places, Transportation, and Emotions

Transportation and Places:

By

Bằng

(Bung)

e.g.

Năm ngoái tôi đã đi Việt Nam bằng máy bay.

(Last year I went to Vietnam by airplane.)

(Num nghy doi dah day Vietnam bung mai bye.)

Work / Job

Làm việc

(Lam veak)

e.g.

Anh làm việc ở đâu? (Where do you work?)

(Anh lam veak uh dow?)

City

Thành phố

(Tun Foe)

e.g.

Anh sống ở thành phố Hồ chí minh. (I live in Ho Chi Minh City.)
(Anh suong uh tun foe Ho chi minh.)

Drive

Lái

(Lie)

e.g.

Tôi lái xe máy không được. (I can't drive a motorbike.)
(Doi lie seh mai khong duke.)

Bicycle

Xe đạp

(Seh dap)

e.g.

Hôm nay tôi sẽ đi mua xe đạp. (Today I will go buy a bicycle.)
(Hom nhi doi seh day mua seh dap.)

Motorbike

Xe máy

(Seh mai)

e.g.

Tôi đi làm bằng xe máy. (I go to work by motorbike.)
(Doi day lam bung seh mai.)

Train

Xe lửa, Tàu hỏa

(Seh lua, Dau woa)

e.g.

Xe lửa này đi Sài gòn, phải không? (This train goes to Saigon, right?)
(Seh lua nhi day Saigon, fhi khong?)

Train station

Ga xe lửa

(Gah seh lua)

e.g.

Bạn biết ga xe lửa ở đâu không?
(Do you know where the train station is?)
(Bang beak gah seh lua uh dow khong?)

Car

Xe hơi

(Seh hoy)

e.g.

Anh biết lái xe hơi không? (Do you know how to drive a car.)
(Anh beak lie seh hoy khong?)

Bus

Xe buýt

(Seh Bue-d)

e.g.

Ở Hà nội đi xe buýt rẻ lắm. (Going by bus in Hanoi is very cheap.)
(Uh Ha noi day seh bue-d reh lam.)

Bus station

Bến xe

(Bun seh)

e.g.

Tôi đi đến bến xe. (I am going to the bus station.)
(Doi day den bun seh.)

Airplane

Máy bay

(Mai bye)

e.g.

Tôi đi Nha Trang bằng máy bay. (I am going to Nha Trang by airplane.)
(Doi day Nha Trang bung mai bye.)

Airport

Sân bay

(Sun bye)

e.g.

Tôi sẽ đến sân bay lúc sáu giờ tối. (I will arrive at the airport at 6 p.m.)
(Doi se den sun bye luke sal yio doi.)

Boat

Thuyền

(Tuen)

e.g.

Tôi thích đi du lịch bằng thuyền. (I like to travel by boat.)
(Doi tut day you lit bung tuen.)

School

Trường học

(Juong hulk)

e.g.

Hôm nay tôi không muốn đi trường học.
(Today I don't want to go to school.)
(Home nhi doi khong day juong hulk.)

University

Trường đại học

(Juong die hulk)

e.g.

Có bao nhiêu trường đại học ở Việt Nam?
(How many universities are there in Vietnam?)
(Goh bao nhew juong die hulk uh Vietnam?)

Restaurant (upscale)

Nhà hang

(Nha hang)

e.g.

Khi nào chúng ta đi ăn cơm ở nhà hàng?

(When will we go eat dinner at the restaurant?)

(Key now jung dah day ang gom uh nha hang?)

Restaurant (cheaper)

Quán ăn

(Wuan ang)

e.g.

Tôi sẽ đến quán ăn lúc tám giờ tối.

(I will arrive at the restaurant at 8 p.m)

(Doi seh den quan ang luke dam yio doi.)

Pay

Trả tiền

(Jah dien)

e.g.

Trả tiền ở đâu? (Where do I pay?)

(Jah dien uh dow?)

Check please / Bill please

Tính tiền

(Dinh dien)

e.g.

Chị ơi, tính tiền. (Hey miss, check please.)

(Jay oi, dinh dien.)

Library

Thư viện

(Tu vien)

e.g.

Bạn biết thư viện ở đâu không? (Do you know where is the library?)
(Bang beak tu vien uh dow khong?)

Gas station

Trạm xăng

(Juam sung)

e.g.

Trạm xăng ở kia. (The gas station is over there.)
(Juam sung uh ke.)

Café

Quán cà phê

(Wuan gah feh)

e.g.

Tôi thích quán cà phê này (I like this café.)
(Doi tut wuan gah feh nhi.)

Store

Cửa hang

(Gua hang)

e.g.

Tôi không muốn đến cửa hàng đó. (I don't want to go to that store.)
(Doi khong muon den gua hang doh.)

Bookstore

Nhà sách

(Nha sut)

e.g.

Bạn có muốn đi đến nhà sách với tôi không?

(Do you want to go to the bookstore with me?)

(Ban goh muon day den nha sut voi doi khong?)

Market

Chợ

(Joh)

e.g.

Có bao nhiêu chợ ở Sài Gòn? (How many markets are there in Saigon?)

(Goh bao nhew joh uh Saigon?)

Bank

Ngân hang

(Ng-un hang)

e.g.

Xin lỗi, tôi không biết ngân hàng ở đâu.

(Sorry, I don't know where the bank is.)

(Sin loi, doi khong beak ng-un hang uh dao.)

Hospital

Bệnh viện

(Bunh vien)

e.g.

Tôi làm việc ở bệnh viện. (I work at the hospital.)

(Doi lam veak uh bunh vien.)

Post office

Bưu điện

(Bui dien)

e.g.

Tôi sẽ đến bưu điện lúc tám giờ tối.

(I will arrive at the post office at 8pm.)

(Doi seh den bui dien luke dam yio doi.)

Embassy

Tòa đại sư

(Doa die sue)

e.g.

Bạn biết tòa đại sứ Mỹ ở đâu trong thành phố Hồ Chí Minh không?

(Do you know where is the American embassy in Ho Chi Minh City?)

(Bang beak doa die sue may uh dow jong tun foe ho chi minh khong?)

Hotel

Khách sạn

(Kut sang)

e.g.

khách sạn này đẹp lắm. (This hotel is very pretty.)

(Kut sang nhi dep lum.)

Movie theatre

Rạp chiếu phim

(Rap jew feam)

e.g.

Bạn muốn đi rạp chiếu phim với tôi không?

(Do you want to go to the movie theatre with me?)

(Bang muon day rap jew feam void doi khong?)

Mall

Trung tâm mua sắm

(Jung dum mua sam)

e.g.

Tôi thích cái trung tâm mua sắm này. (I like this mall.)

(Doi tut guy jung dum mua sam nhi.)

Taxi Phrases:

Taxi

Taxi

(Daxi)

e.g.

Tối nay tôi muốn đi taxi. (Tonight, I want to take the taxi.)

(Doi nhi doi muon day daxi.)

May I ask where you would like to go?

Cho hỏi anh/em muốn đi đâu?

(Jaw hoy anh/em muon day dow?)

May I ask how much will it cost?

Cho hỏi bao nhiêu tiền?

(Jaw hoy bao nhew dien?)

I would like to go to…/ Take me to…

Cho tôi đến (insert place)

(Jaw doi den)

e.g.

Cho tôi đến sân bay Tân Sơn Nhất. (Take me to Tan Son Nhat Airport.)

(Jaw doi den sun bye dun son nhuc.)

You are here

Các bạn đến rồi

(Gac bang den roy.)

Note: the word các bạn means "you (plural)".

Wait a minute

Chờ chút xíu

(Joh joak seaw)

Go straight

Đi thẳng

(Day tung)

Turn left

Quẹo trái

(whail jhi)

Turn right

Quẹo phải

(whail fhi)

Go a little bit further

Đi chút xíu nữa

(Day Joak seaw nu-a)

Turn around

Quay lại

(Gwhi lie)

Please stop here

Vui lòng dừng ở đây

(Yui long yung uh die)

I am in a hurry

Tôi đang vội

(Doi dang voi)

I am not in a hurry

Tôi không vội

(Doi khong voi)

Please stop up there

Vui lòng dừng trên đó

(Yui long yung jen doh)

Please drive faster

Vui lòng lái nhanh hơn

(Yui long lie nh-anh hon)

Please drive slower

Vui lòng lái chậm hơn

(Yui long lie jum hon)

Emotions and Feelings:

To be happy

Hạnh phúc

(Hun folk)

e.g.

Tôi rất hạnh phúc khi bạn ở đây. (I am so happy when you are here.)
(Doi rut hun folk key bang uh die.)

To be glad

Vui

(Vui or yui)

e.g.

Rất vui được gặp bạn. (Nice to meet you.)
(Rut vui duke gup ban.)

Bored

Chán

(Jan)

e.g.

Hôm nay tôi chán quá. (I am too bored today.)
(Hom nhi doi jan wah.)

Scared

Sợ

(Suh)

e.g.

Tôi sợ lái xe máy ở Việt Nam.

(I am afraid of driving a motorbike in Vietnam.)

(Doi suh lie seh mai uh Vietnam.)

Sad

Buồn

(Boong)

e.g.

Phim này rất buồn. (This film is very sad.)

(Feam nhi rut boong.)

Tired

Mệt

(Met)

e.g.

Tôi mệt quá. Tôi muốn đi ngủ. (I am too tired. I want to go to sleep.)

(Doi met wah. Doi muon day ngu.)

Sleepy

Buồn ngủ

(Boong ngu)

e.g.

Anh ấy mệt và buồn ngủ. (He is tired and sleepy.)
(Anh ai mut va boong ngu.)

Confident

Tự tin

(Dul dean)

e.g.

Cô ấy rất tự tin. (She is very confident.)
(Goh eh rut dul dean.)

Angry

Giận

(Young)

e.g.

Tại sao em giận anh? (Why are you angry with me?)
(Die sal em young anh?)

Example Sentences

1.

Speaker 1:

Do you know how to drive a motorbike?

Em biết lái xe máy không?

(Em beak lie seh mai khong?)

Speaker 2:

I don't know how to drive a motorbike. How about you?

Em không biết lái xe máy. Còn anh?

(Em khong beak lie seh mai. Gon anh?)

Speaker 1:

Yes, I know how to drive a motorbike. Why don't you know how to drive a motorbike?

Ừ, Anh biết lái xe máy. Tại sao em không biết lái xe máy?

(Ul, anh beak lie seh mai. Die sal em khong beak lie seh mai?)

Speaker 2:

I am scared to drive in Vietnam.

Em sợ lái xe ở Việt Nam.

(Em suh lie seh uh Vietnam.)

2.

Speaker 1:

Hello, may I ask where would you like to go?

Xin chào, cho hỏi em muốn đi đâu?

(Sin chao, jaw hoy em muon day dao?)

Speaker 2:

Please take me to Tan Son Nhat airport.

Vui lòng cho em đến sân bay Tân Sơn Nhất.

(Yui long jaw em den sun bye dun son nook.)

Speaker 1:

Ok

Được.

(Duke)

Speaker 2:

Please drive faster. I am in a hurry.

Vui lòng lái nhanh hơn. Em đang vội.

(Yui long lie nh-anh hon. Em dang voi.)

Speaker 1:

Ok, I can go faster.

Được. Tôi có thể đi nhanh hơn.

(Duke. Doi goh teh day nh-anh hon.)

3.

Speaker 1:

I'm so bored. Do you want to go out?

Anh chán quá. Em muốn đi chơi không?

(Anh jan wah. Em muon day joy khong?)

Speaker 2:

Ok, where do you want to go?

Được. Anh muốn đi đâu?

(Duke. Anh muon day dao?)

Speaker 1:

I want to go to the movie theatre.

Anh muốn đi đến rạp chiếu phim.

(Anh muon day den rap jew feam.)

Speaker 2:

Ok, I'll drive.

Được. Em sẽ lái xe.

(Duke. Em se lie seh.)

4.

Speaker 1:

Excuse me, do you know where the university is?

Xin lỗi, bạn có biết trường đại học ở đâu không?

(Sin loi, ban goh beak juong die hulk uh dao khong?)

Speaker 2:

Sorry, I don't study here.

Xin lỗi, tôi không học ở đây.

(Sin loi, doi khong hock uh die.)

5.

Speaker 1:

Where are you going?

Chị đi đâu vậy?

(Jay day dao vhi?)

Speaker 2:

I am going to the bank. Do you want to come with me?

Chị đang đi đến ngân hàng. Em có muốn đi với chị không?

(Chi dang day den Ng-un hang. Em goh muon day voy jay khong?)

Speaker 1:

I can't go. I am going to work.

Em đi không được. Em đang đi làm.

(Em day khong duke. Em dang day lam.)

Speaker 2:

Where do you work?

Em làm việc ở đâu?

(Em lam veak uh dao?)

Speaker 1:

I work at a hotel.

Em làm việc ở một khách sạn.

(Em lam veak uh moak Kut sang.)

6.

Speaker 1:

What are you doing tomorrow?

Ngày mai anh làm gì vậy?

(nghi mai anh lam yee vhi?)

Speaker 2:

Tomorrow I am going to Hanoi by train.

Ngày mai anh sẽ đi Hà Nội bằng xe lửa.

(Nghi maid anh seh day Ha noi bung seh lua.)

Speaker 1:

At what time will you go to Hanoi?

Mấy giờ anh đi Hà Nội?

(Mai yio anh day Ha Noi?)

Speaker 2:

At 7 a.m. What about you?

Lúc bảy giờ sáng. Còn em?

(Luke bye yio sang. Gon em?)

Speaker 1:

I will go to the mall. Do you like going to the mall?

Em sẽ đi đến Trung tâm mua sắm. Anh có thích đi đến trung tâm mua sắm không?

(Em se day den Jung dum mua sam. Anh goh tut day den jung dum mua sam khong?)

Speaker 2:

I don't like going to the mall. It's too boring there.

Anh không thích đi đến trung tâm mua sắm. Ở đó chán quá.

(Anh khong tut day den jung dum mua sam. Uh daw jan wah.)

Exercises

1.

Match the following Vietnamese and English words together

1. ___ Bank   a. Trả tiền
2. ___ Drive   b. Thư viện
3. ___ Bicycle   c. Nhà hang
4. ___ Library   d. Bệnh viện
5. ___ Movie Theatre e. Ngân hang
6. ___ Pay   f. Rạp chiếu phim
7. ___ Bus   g. Xe đạp
8. ___ Train   h. Máy bay
9. ___ Restaurant   i. Lái
10. ___ Hospital   j. Trường học
11. ___ Airplane   k. Xe lửa
12. ___ School   l. Xe buýt
13. ___ Tired   m. Buồn
14. ___ Go straight   n. Vui
15. ___ To be glad   o. Đi thẳng
16. ___ Sad   p. Mệt

2.

Write out the following sentences in Vietnamese

1. Please take me to the American embassy.
   _____

2. Where do you work at?
   _____

3. I go to work at the hospital.
   _____

4. Do you know how to drive a motorbike?
   _____

5. Do you want to go to the library with me?
   _____

6. I am scared of driving in Saigon.
   _____

3.

Respond to the following questions in Vietnamese

1. Bạn có biết lái xe máy không?
   _____

2. Bạn làm việc ở đâu?
   _____

3. Cho hỏi bạn muốn đi đâu?
   _____

4. Bạn có thích đi rạp chiếu phim không?
   _____

Chapter 5 Vocabulary and Phrase Summary Sheet

Bằng	By
Làm việc	Work / Job
Thành phố	City
Lái	Drive
Xe đạp	Bicycle
Xe máy	Motorbike
Xe lửa, Tàu hỏa	Train
Ga xe lửa	Train station
Xe hơi	Car
Xe buýt	Bus
Bến xe	Bus station
Máy bay	Airplane
Sân bay	Airport
Thuyền	Boat
Trường học	School
Trường đại học	University
Nhà hang	Restaurant (upscale)
Quán ăn	Restaurant (cheaper)
Trả tiền	Pay
Tính tiền	Check please / Bill please
Thư viện	Library
Trạm xăng	Gas station
Quán cà phê	Café
Cửa hang	Store
Nhà sách	Bookstore
Chợ	Market
Ngân hàng	Bank
Bệnh viện	Hospital

Bưu điện	Post office
Tòa đại sứ	Embassy
Khách sạn	Hotel
Rạp chiếu phim	Movie theatre
Trung tâm mua sắm	Mall
Taxi	Taxi
Cho hỏi anh/em muốn đi đâu?	May I ask where you would like to go?
Cho hỏi bao nhiêu tiền?	May I ask how much will it cost?
Cho tôi đến (insert place)	I would like to go to…
Các bạn đến rồi	You are here
Chờ chút xíu	Wait a minute
Đi thẳng	Go straight
Quẹo trái	Turn left
Quẹo phải	Turn right
Đi chút xíu nữa	Go a little bit further
Quay lại	Turn around
Vui lòng dừng ở đây	Please stop here
Tôi đang vội	I am in a hurry
Tôi không vội	I'm not in a hurry
Vui lòng dừng trên đó	Please stop up there
Vui lòng lái nhanh hơn	Please drive faster
Vui lòng lái chậm hơn	Please drive slower
Hạnh phúc	To be happy
Vui	To be glad
Chán	Bored
Sợ	Scared
Buồn	Sad
Mệt	Tired
Buồn ngủ	Sleepy
Tự tin	Confident
Giận	Angry

Part 6: Colors and Clothing

Clothing:

Clothes

Quần áo
(Wan ow)

Shirt

Áo sơ mi
(Ow so me)

T-shirt

Áo thun
(Ow tun)

Short sleeve shirt

Áo sơ mi ngắn tay
(Ow so me ng-un die)

Long sleeve shirt

Áo sơ mi dài tay
(Ow so me yhi die)

Tank top

Áo thun sát nách

(Ow tun sack naj)

Sweater

Áo len

(Ow len)

Suit

Vét

(Vet)

Tie

Cà vạt

(Gah vack)

Dress, Skirt

Áo đầm

(Ow dum)

Traditional Vietnamese dress

Áo dài

(Ow yhi)

Blouse

Áo voan
(Ow voan)

Cape, Cloak

Áo choàng
(Ow joang)

Jacket

Áo khoác
(Ow khack)

Winter jacket

Áo ấm
(Ow um)

Pants

Quần
(Wan)

Long pants / Trousers

Quần tây
(Wan dhi)

Jeans

Quần jean

(Wan jean)

Shorts

Quần soọc / Quần short

(Wan sock / Wan short)

Shoe

Giày

(Yhi)

Pair of shoes

Đôi giày

(Doy yhi)

Boots

Giày ống

(Yhi ong)

Sneakers / Running shoes

Giày chạy / Giày thể thao

(Yhi jhi / Yhi teh tao)

Slippers

Dép
(Yep)

Sandals

Săn đan
(Sun dah)

Heels

Giày cao gót
(Yhi gao got)

Sock

Tất
(Dut)

Pair of socks

Đôi Tất
(Doy dut)

Underwear

Đồ lót / Quần lót
(Doe lot / Wan lot)

Bra

Áo ngực / Áo lót

(Ow ngoak / Ow lot)

Traditional Vietnamese straw hat

Nón lá / Nón

(Non la / Non)

Hat

Mũ

(moe)

Gloves

Bao tay

(Bao die)

Belt

Dây nịt

(Yhi nit)

Jewelry

Trang sức

(Jang suke)

Bracelet

Vòng tay

(Vung die)

Earrings

Hoa tai / Bông tai / khuyên tai

(Wah die / Bong die / kwu-in die)

Handbag

Túi xách

(Dui sut)

Lipstick

Son môi

(S-on moi)

Necklace

Vòng cổ

(Vung goh)

Wallet

Cái bóp

(Guy bop)

Ring

Nhẫn

(Nhun)

Swimwear

Quần áo bơi

(Wan ow boi)

Sunglasses

Kính râm

(kenh rum)

Big

Lớn

(Lon)

e.g.

Cái áo sơ mi này lớn quá. (This shirt is too big.)

(Guy oww so me nhi lon wah.)

Small

Nhỏ

(Nh-aw)

e.g.

Tôi không thích xe máy nhỏ. (I don't like small motorbikes.)

(Doi khong tut seh mai nh-aw.)

Short

Ngắn

(Ng-an)

e.g.

Tôi muốn mua một áo đầm ngắn. (I want to buy a short dress.)

(Doi muon mua moak ow dum ng-an.)

Long

Dài

(Yhi)

e.g.

Em có bán giầy ống dài không? (Do you sell long boots?)

(Em goh ban yhi ong yhi khong?)

Try

Thử

(Tul)

e.g.

Bạn có thể thử món ăn này cho tôi được không?

(Can you try this dish for me?)

(Ban goh teh tul mong an nhi joh doi duke khong?)

Try on (clothing)

Mặc thử

(Muck tul)

e.g.

Tôi muốn mặc thử áo sơ mi này. (I want to try on this shirt.)

(Doi muon muck tul oww so me nhi.)

To wear (clothes)

Mặc

(Muck)

e.g.

Tôi dang mặc quần màu đỏ. (I am wearing red pants.)

(Doi dang muck wan mao doh.)

To wear (a hat)

Đội

(Doy)

e.g.

Tôi không thích đội cái mũ. (I don't like to wear this hat.)

(Doi khong tut doy guy moe.)

To wear an accessory like a watch, jewelry

Đeo

(Dale)

e.g.

Cô ấy đang đeo đồng hồ màu vàng. (She is wearing a yellow watch.)

(Go ai dang dale dong ho mao vung.)

To wear (shoes)

Mang

(Mang)

e.g.

Hôm nay tôi đang mang giày ống đi làm.

(Today I am wearing boots to work.)

(Hom nhi doi dang mang yhi ong day lam.)

To take off clothes

Cởi quần áo

(Goi wan oww)

e.g.

Cởi quần áo của bạn và thử quần áo này.

(Take off your clothes and try on these clothes.)

(Goi wan oww gua ban vah tul wan oww nhi.)

To take off shoes

Cởi giày

(goi yhi)

e.g.

Vui lòng cởi giày của bạn. (Please take off your shoes.)

(Vui long goi yhi gua ban.)

New / Recently

Mới

(Moy)

e.g.

Tôi mới mua cái áo sơ mi này. (I just bought this shirt.)

(Doi moy mua guy oww so me nhi.)

Old

Cũ

(Go)

e.g.

Áo sơ mi này cũ. (This shirt is old.)

(Ow so me nhi go.)

Enough

Đủ

(Doh)

e.g.

Tôi có đủ quần áo ở nhà rồi. (I have enough clothes at home already.)

(Doi goh doh wan oww uh nha roy.)

Product

Sản phẩm

(San phum)

e.g.

Siêu thị bán nhiều sản phẩm. (The supermarket sells many products.)

(Sew tee ban nhew san phum.)

Note: Used for objects.

To create possessives

Của

(Gua)

The following structure is used when trying to create possessives:

Noun + của + pronoun

e.g.

Cái đồng hồ của anh. (My watch.)

(Guy dong ho gua anh.)

e.g.

Cái xe máy này là của tôi. (This motorbike is mine.)
(Guy seh mai nhi la gua doi.)

Note: If it is not necessary such as the case when not referring to objects, the word "của" can be skipped.

Colors:

Color

Màu

(Mao)

Red

Màu đỏ

(Mao doh)

Yellow

Màu vàng

(Mao vang)

Blue

Màu xanh da trời, Màu xanh dương

(Mao sun ya joy, Mao sun yun-ng)

Purple

Màu tím

(Mao deam)

Green

Màu xanh lá cây

(Mao sun la guy)

Black

Màu đen

(Mao den)

White

Màu trắng

(Mao Jung)

Gray

Màu xám

(Mao sam)

Orange

Màu cam

(Mao gam)

Brown

Màu nâu

(Mao now)

Pink

Màu hồng

(Mao hung)

Turtoise

Ngọc lam

(Ng-oc lam)

Burgundy

Đỏ booc đô

(Doh Bock doe)

To ask about the color of something you can use the following structure:

Noun + Màu Gì

E.g.

Xe máy của em màu gì? (What color is your motorbike?)

E.g.

Trái táo màu gì? (What color is the apple?)

Example Sentences

1.

Speaker 1:

I want to buy a new shirt. Is this shirt pretty?

Anh muốn mua một áo sơ mi mới. Áo sơ mi này đẹp không?

(Anh muon mua moak ow so me moy. Ow so me nhi dep khong?)

Speaker 2:

Yes, it's pretty but it's five hundred thousand dongs.

Dạ, đẹp nhưng áo sơ mi là năm tram ngàn đồng.

(Ya, dep nh-ung ow so me la num jum ngan dung.)

Speaker 1:

Why is this shirt so expensive?

Tại sao cái áo sơ mi này mắc quá vậy?

(Die sal guy ow so me nhi muck wah vhi?)

Speaker 2:

Because this shirt is a Versace product.

Bởi vì áo sơ mi này là sản phẩm của Versace.

(Boy vee ow so me nhi la san phum gua Versace.)

Speaker 1:

I don't have enough money to buy this shirt.

Anh không có đủ tiền mua cái áo sơ mi này.

(Doi khong goh doh dien mua guy ow so me nhi.)

Speaker 2:

Don't be sad. You can buy a cheaper shirt at the market.

Đừng có buồn. Anh có thể mua một áo sơ mi rẻ ở chợ.

(Dung goh Boong. Anh goh teh mua moak oww so me reh uh joh.

Speaker 1:

Now I am sad.

Bây giờ Anh buồn.

(Bye yio Anh boong.)

2.

Speaker 1:

What will you do this weekend?

Bạn sẽ làm gì cuối tuần này?

(Bang seh lam yee guoi duan nhi?)

Speaker 2:

I will go to the mall.

Tôi sẽ đi đến trung tâm mua sắm.

(Doi seh day den jung dum mua sam.)

Speaker 1:

What do you want to buy at the mall?

Bạn muốn mua gì ở trung tâm mua sắm?

(Bang muon mua yee uh jung dum mua sam?)

Speaker 2:

I want to buy a red dress and a pair of black heels. And you?

Tôi muốn mua một áo đầm màu đỏ và một đôi giày cao gót màu đen. Còn bạn?

(Doi muon mua moak oww dum mao doh vah moak doy yhi gao got mao den. Gon ban?)

Speaker 1:

I don't have money to buy new clothes.

Tôi không có tiền đi mua quần áo mới.

(Doi khong goh dien day mua wan oww moy.)

Speaker 2:

Do you want my old clothes?

Bạn có muốn quần áo cũ của tôi không?

(Ban goh muon wan oww go gua doi khong?)

Speaker 1:

Which clothes?

Quần áo nào?

(Wan oww now?)

Speaker 2:

I have a pair of yellow shoes, two white t-shirts, and blue pants.

Tôi có một đôi giày màu vàng, hai áo thun màu trắng, và quần tây màu xanh dương.

(Doi goh moak doy yhi mao vang, Hhi oww tun mao jung, vah wan die mao sun yun-ng.)

Speaker 1:

Thank you.

Cám ơn.

(Gam un.)

3.

Speaker 1:

Do you like the jacket I just bought?

Bạn có thích áo khoác tôi mới mua không?

(Ban goh tut oww khack doi moi mua khong?)

Speaker 2:

No, I don't like it.

Không, tôi không thích.

(Khong, doi khong tut.)

Speaker 1:

Why don't you like the jacket?

Tại sao bạn không thích áo khoác?

(Die sal ban khong tut oww khack?)

Speaker 2:

Because I don't like yellow.

Vì tôi không thích màu vàng.

(Vee doi khong tut mao vang.)

Speaker 1:

What color jacket do you like?

Bạn thích áo khoác màu gì?

(Ban tut oww khack mao yee?)

Speaker 2:

I like a jacket with black.

Tôi thích áo khoác màu đen.

(Doi tut oww khack mao den.)

Speaker 1:

Me too but I didn't see a black jacket at the mall.

Tôi cũng vậy nhưng tôi không thấy có áo khoác màu đen ở trung tâm mua sắm.

(Doi gong vhi Nh-ung doi khong tieh Goh oww khack mao den uh jung dum mua sam.)

4.

Speaker 1:

Do you know where my pants are?

Em có biết quần của tôi ở đâu không?

(Em goh beak wan gua doi uh dao khong?)

Speaker 2:

What color are your pants?

Quần của anh màu gì?

(Wan gua unh mao yee?)

Speaker 1:

My pants are blue.

Quần của anh là màu xanh dương.

(Wan gua unh la mao sun yun-ng.)

Speaker 2:

Quần của anh có dài không?

Are your pants long?

(Wan gua unh goh yhi khong?)

Speaker 1:

No, my pants are short.

Không, quần của anh là ngắn.

(khong, wan gua unh la ng-an.)

Speaker 2:

Yes, I saw your pants in the bedroom.

Có, em thấy quần của anh ở trong phòng ngủ.

(Goh, em tieh wan gua unh uh jung phung ngu.)

5.

Speaker 1:

Your hat is very pretty. I like red hats.

Cái mũ của em đẹp lắm, chị thích mũ màu đỏ.

(Guy moe gua em dep lam, jay tut moe mao doh.)

Speaker 2:

I like it too. I just bought this hat.

Em cũng thích. Em mới mua cái mũ này.

(Em gung tut. Em moi mua guy moe nhi.)

Speaker 1:

Where did you buy this hat?

Em mua cái mũ này ở đâu vậy?

(Em mua guy moe nhi uh dao vhi?)

Speaker 2:

I bought it at H & M.

Em mua ở H & M.

(Em mua uh H & M.)

Speaker 1:

How much did you buy it for?

Em mua bao nhiêu tiền?

(Em mua bao nhew dien?)

Speaker 2:

I bought it for 200,000 dongs.

Em mua hai trăm ngàn đồng.

(Em mua hi jum ngan dong.)

Speaker 1:

This hat is really cheap. Now I want to go buy this hat.

Mũ này rẻ lắm. Bây giờ chị muốn đi mua mũ này.

(Moe nhi reh lam. Bye yio jay muon day mua moe nhi.)

Speaker 2:

Do you want me to go there with you?

Chị có muốn em đi với chị đến đó không?

(Jay goh muon em di voy jay den doh khong?)

Speaker 1:

Yes, thank you.

Ừ, cám ơn em.

(Ui, gam on em.)

Exercises

1.

Match the following Vietnamese and English words together

1. ___ Black   a. Màu vàng
2. ___ Try   b. Đủ
3. ___ Hat   c. Mặc
4. ___ Suit   d. Thử
5. ___ Clothes   e. Màu
6. ___ Tie   f. Lớn
7. ___ Pants   g. Màu đen
8. ___ Jacket   h. Mũ
9. ___ To wear clothes i. Áo sơ mi
10. ___ Big   j. Áo thun
11. ___ Color   k. Quần áo
12. ___ Enough   l. Cà vạt
13. ___ Yellow   m. Áo khoác
14. ___ T-shirt   n. Giày
15. ___ Shirt   o. Vét
16. ___ Shoe   p. Quần

2.

Write out the following sentences in Vietnamese

1. What color is your motorbike?
   _____

2. What will you wear to work tomorrow?
   _____

3. I bought this new shirt.
   _____

4. Your dress is very beautiful.
   _____

5. This watch is mine.
   _____

6. My hat is old.
   _____

3.

Respond to the following questions in Vietnamese

1. Xe máy của em màu gì?
   _____

2. Bạn thích màu gì?
   _____

3. Bạn thích mang giày ống hay giày cao gót?
   _____

4. Tại sao bạn thích cái áo khoác này?
   _____

Chapter 6 Vocabulary and Phrase Summary Sheet

Quần áo	Clothes
Áo sơ mi	Shirt
Áo thun	T-shirt
Áo sơ mi ngắn tay	Short sleeve shirt
Áo sơ mi dài tay	Long sleeve shirt
Áo thun sát nách	Tank top
Áo len	Sweater
Vét	Suit
Cà vạt	Tie
Áo đầm	Dress, Skirt
Áo dài	Traditional Vietnamese dress
Áo voan	Blouse
Áo choàng	Cape, Cloak
Áo khoác	Jacket
Áo ấm	Winter jacket
Quần	Pants
Quần tay	Long pants / Trousers
Quần jean	Jeans
Quần soọc / Quần short	Shorts
Giày	Shoe
Đôi giày	Pair of shoes
Giày ống	Boots
Giày chạy / Giày thể thao	Sneakers / Running shoes
Dép	Slippers
Săn đan	Sandals
Giày cao gót	Heels
Tất	Sock
Đôi Tất	Pair of socks

Đồ lót / Quần lót	Underwear
Áo ngực / Áo lót	Bra
Nón lá / Nón	Traditional Vietnamese straw hat
Mũ	Hat
Bao tay	Gloves
Dây nịt	Belt
Trang sức	Jewelry
Vòng tay	Bracelet
Hoa tai / Bông tai / khuyên tai	Earrings
Túi xách	Handbag
Son môi	Lipstick
Vòng cổ	Necklace
Cái bóp	Wallet
Nhẫn	Ring
Quần áo bơi	Swimwear
Kính râm	Sunglasses
Lớn	Big
Nhỏ	Small
Ngắn	Short
Dài	Long
Thử	Try
Mặc thử	Try on (clothing)
Mặc	To wear (clothes)
Đội	To wear (a hat)
Đeo	To wear an accessory like a watch, jewellry
Mang	To wear (shoes)
Cởi quần áo	To take off clothes
Cởi giày	To take off shoes
Mới	New / Recently
Cũ	Old
Đủ	Enough

Sản phẩm	Product
Của	To create possessives
Màu	Colour
Màu đỏ	Red
Màu vàng	Yellow
Màu xanh da trời, Màu xanh dương	Blue
Màu tím	Purple
Màu xanh lá cây	Green
Màu đen	Black
Màu trắng	White
Màu xám	Gray
Màu cam	Orange
Màu nâu	Brown
Màu hồng	Pink
Ngọc lam	Turtoise
Đỏ booc đô	Burgundy

Answer Key

Part 1

Exercise 1

1. M
2. B
3. F
4. G
5. N
6. A
7. D
8. K
9. O
10. H
11. C
12. J
13. L
14. E
15. I

Exercise 2

1. Bạn là người nước nào?
2. Em nói lại được không?

3. Bạn có khỏe không? or Bạn khỏe không?
4. Bạn tên là gì?
5. Rất vui được gặp bạn
6. Bạn có nói tiếng Anh không? or Bạn nói tiếng Anh không?

Exercise 3

1. Sample answer: Tôi là người Ca Na Đa
2. Sample answer: Tôi khỏe, cám ơn
3. Sample answer: Tôi tên là Nhung
4. Sample answer: Dạ, tôi nói tiếng Anh

Part 2

Exercise 1

1. N
2. K
3. G
4. H
5. J
6. O
7. B
8. A
9. E
10. D
11. P
12. C
13. F
14. I
15. L
16. M

Exercise 2

1. Cái này bao nhiêu tiến?
2. Bạn sống ở đâu?
3. Cái này rẻ lắm.

4. Cái ghế ở đâu?
5. Tôi muốn đi du lịch.
6. Tôi đang học tiếng Việt.

Exercise 3

1. Sample answer: Tôi biết nói một ít tiếng Việt.
2. Sample answer: Tôi sống ở Mỹ.
3. Sample answer: Cái này là đồng hồ.
4. Sample answer: Không được, tôi bán rẻ rồi.

Part 3

Exercise 1

a. Hai tram

b. Sáu mươi lăm

c. Mười

d. Hai mươi lăm

e. Ba trăm ba mươi tám

f. Một ngàn năm mươi

or

Một ngàn không trăm năm mươi

g. Ba mươi bốn ngàn

h. Một trăm sáu mươi lăm ngàn một trăm

Exercise 2

1. Mấy giờ rồi?
2. Hôm nay là thứ mấy?
3. Ba giờ rưỡi chiều.
4. Ngày mai tôi sẽ đi học.
5. Năm nay là năm mấy?
6. Hôm nay là ngày ba mươi tháng mười một.

Exercise 3

1. Sample answer: Tôi đi làm lúc tám giờ sang.
2. Sample answer: Ngày mai là ngày mười hai tháng sáu.
3. Sample answer: Cái máy tính mười một triệu đồng.
4. Sample answer: Hôm qua tôi đã đi làm.

Part 4

Exercise 1

1. K
2. H
3. I
4. G
5. L
6. M
7. E
8. O
9. F
10. A
11. P
12. N
13. B
14. C
15. D
16. J

Exercise 2

1. Vui lòng cho tôi một đĩa gỏi cuốn.
2. Em / anh ăn cơm chưa?
3. Em / anh đói bụng lắm.

4. Vui lòng cho tôi đôi đũa.
5. Tôi không thích ăn cá.
6. Tôi khát quá.

Exercise 3

1. Sample answer: Tôi không biết nấu ăn.
2. Sample answer: Tôi thích ăn trái mít.
3. Sample answer: Tôi không thích ăn cay.
4. Sample answer: Trái táo này không ngọt.

Part 5

Exercise 1

1. E
2. I
3. G
4. B
5. F
6. A
7. L
8. K
9. C
10. D
11. H
12. J
13. P
14. O
15. N
16. M

Exercise 2

1. Vui lòng cho tôi đến tòa đại sứ Mỹ.

   or

   Cho tôi đến tòa đại sứ Mỹ.

2. Bạn làm việc ở đâu?
3. Tôi đi làm ở bệnh viện.
4. Bạn có biết lái xe máy không?
5. Bạn có muốn đi đến thư viện với tôi không?
6. Tôi sợ lái xe ở Sài Gòn.

Exercise 3

1. Sample answer: Tôi không biết lái xe máy.

   or

   Tôi biết lái xe máy.
2. Sample answer: Tôi làm việc ở bưu điện
3. Sample answer: Cho tôi đến bệnh viện.
4. Sample answer: Tôi thích đi rạp chiếu phim.

   or

   Tôi không thích đi rạp chiếu phim.

Part 6

Exercise 1

1. G
2. D
3. H
4. O
5. K
6. L
7. P
8. M
9. C
10. F
11. E
12. B
13. A
14. J
15. I
16. N

Exercise 2

1. Xe máy của bạn màu gì?
2. Ngày mai bạn sẽ mặc gì đi làm?
3. Tôi mới mua áo sơ mi này.

4. Áo đầm của em đẹp lắm.
5. Đồng hồ này là của tôi.
6. Mũ của tôi là cũ.

Exercise 3

1. Sample answer: Xe máy của em màu đen.
2. Sample answer: Bạn thích màu vàng.
3. Sample answer: Tôi thích mang giày ống.
4. Sample answer: Vì tôi thích màu đỏ.

Glossary of Terms and Phrases

English	Vietnamese	Page
A chopstick	Chiếc đũa	140
A little	Một ít or Một chút	55
A lot of	Nhiều	55
Afternoon	Chiều	93
Age	Tuổi	69
Airplane	Máy bay	158
Airport	Sân bay	158
Alcohol	Rượu	124
America	Mỹ	34
And	Và	52
Angry	Giận	171
Apple	Trái táo	126
April	Tháng tư	97
Artichoke	Atisô	132
Ask	Hỏi	71
At (time)	Lúc	94
At, to be at, in	Ở	51
At what time?	Lúc mấy giờ?	94
August	Tháng tám	97
Australia	Nước Ức	35
Avocado	Trái bơ	127
Bag	(Cái) bao	66
Banana	Trái chuối	126
Bank	Ngân hang	162
Basil	Rau quế	134

Beansprouts	Giá	135
Beautiful	Đẹp	72
Because	Tại vì, Bởi vì, Vì	52
Bedroom	Phòng ngủ	68
Beef	Thịt bò	137
Beer	Bia	124
Bell peppers	Ớt chuông	136
Belt	Dây nịt	189
Bicycle	Xe đạp	156
Big	Lớn	191
Bitter	Đắng	115
Bitter melon	Quả khổ qua	134
Black	Màu đen	199
Black bean	Đậu đen	132
Bland	Nhạt	115
Blouse	Áo voan	186
Blue	Màu xanh da trời, Màu xanh dương	198
Boat	Thuyền	159
Book	(Cuốn) sách	65
Bookstore	Nhà sách	162
Boots	Giày ống	187
Bored	Chán	169
Bottle	(Cái) Chai	121
Bowl	Cái tô	141
Bra	Áo ngực / Áo lót	189
Bracelet	Vòng tay	190
Broccoli	Bông cải xanh	132
Brown	Màu nâu	199
Burgundy	Đỏ booc đô	200
Bus	Xe buýt	157
Bus station	Bến xe	158

But	Nhưng	52
Buy	Mua	63
By	Bằng	155
Cabbage	Bắp cải	131
Café	Quán cà phê	161
Camera	Máy chụp hình	66
Can you repeat that?	Bạn nói lại được không?	34
Can you speak more slowly?	Bạn nói từ từ được không?	34
Canada	Ca Na Đa	35
Cape, Cloak	Áo choàng	186
Xe hơi	Car	157
Carrot	Củ cải đỏ/ Cà rốt	133
Cauliflower	Bông cải trắng	133
Celery	Cần tây	133
Chair	(Cái) ghế	65
Cheap	Rẻ	61
Cheaper please	Bớt chút đi	62
Check please / Bill please	Tính tiền	160
Cherry	Trái che ri	130
Chicken	Gà	137
Chicken meat	Thịt gà	137
Chili	Ớt	136
Chili sauce	Tương ớt	117
China	Trung Quốc	35
Cilantro	Ngò	134
City	Thành phố	155
Clam	Con nghêu	139
Clothes	Quần áo	184
Coconut	Trái dừa	128

Coffee	Cà phê	122
Cold	Lạnh	121
Colour	Màu	198
Confident	Tự tin	171
Cook	Nấu / Nấu ăn	113
Coriander	Ngò gai	135
Corn	Bắp	131
Crab	Cua	139
Cucumber	Dưa leo	133
Cup	Cốc	121
Custard Apple	Trái mãng cầu ta	129
Day	Ngày	95
December	Tháng mười hai	97
Deep fried spring rolls	Chả giò	120
Delicious	Ngon	116
Dish	Món ăn	140
Do you speak English?	Bạn (có) nói tiếng Anh không?	33
Don't	Đừng	52
Don't understand	Không hiểu	34
Dragon fruit	Trái thanh long	127
Dress	Áo đầm	185
Drink	Uống	112
Drive	Lái	156
Duck meat	Thịt vịt	137
Durian	Trái sầu riêng	127
Earrings	Hoa tai / Bông tai / khuyên tai	190
Eat	Ăn	112
Egg	Trứng	137
Eggplant	Cà tím	132
Embassy	Tòa đại sứ	163

England	Nước Anh	34, 35
English	Tiếng Anh	33
Enough	Đủ	195
Evening/night	Tối	93
Everyday	Mỗi ngày	95
Expensive	Mắc	62
February	Tháng hai	97
Fine	Khỏe	29
Fish	Cá	138
Fish sauce	Nước mắm	117
Fork	Nĩa	140
France	Nước Pháp	36
Friday	Thứ sáu	96
Fruit	Trái	126
Fry	Chiên	114
Full	No	113
Garlic	Tỏi	134
Gas station	Trạm xăng	161
Ginger	Gừng	136
Give / I'll have	Cho	58
Glass	(Cái) Ly	121
Gloves	Bao tay	189
Go	Đi	59
Go a little bit further	Đi chút xíu nữa	167
Go home	Về nhà	53
Go straight	Đi thẳng	166
Goat meat	Thịt dê	138
Goodbye	Tạm biệt	31
Goose meat	Thịt ngỗng	138
Grape	Trái nho	130
Gray	Màu xám	199
Green	Màu xanh lá cây	198

Green bean (Mung bean)	Đậu xanh	132
Green bean	Đậu hà lan	133
Green onions	Hành lá	135
Guava	Trái ổi	128
Half	Rưỡi	93
Handbag	Túi xách	190
Hat	Mũ	189
Have	Có	49
Heels	Giày cao gót	188
Hello	Xin chào, chào	29
Help	Giúp	72
Help me	Cứu tôi với	72
Here	Ở đây	54
Hey, Excuse me	Anh ơi /Em ơi	32
Hospital	Bệnh viện	163
Hot	Nóng	121
Hot coffee	Cà phê nóng	122
Hotel	Khách sạn	163
Hour	Giờ	93
House / Home	Nhà	53
How	Thế nào	57
How about you, And you?	Còn bạn (thì sao)?	30
How are you?	Bạn (có) khỏe không?	29
How much / How many	Bao nhiêu	61
How old are you?	Bạn bao nhiêu tuổi?	69
Hungry	Đói bụng	113
I am fine	Tôi khỏe	29
I am from…	Tôi là người…	36
I am in a hurry	Tôi đang vội	167

English	Vietnamese	Page
I am not in a hurry	Tôi không vội	167
I come from…	Tôi từ … đến	37
I would like to go to…	Cho tôi đến…	165
Ice	Đá	121
Ice tea	Trà đá	123
In	Trong	58
It's ok, No problem	Không sao đâu	32
Jacket	Áo khoác	186
Jackfruit	Trái mít	128
January	Tháng một	97
Japan	Nhật Bản	35
Jeans	Quần jean	187
Jewelry	Trang sức	189
Juice	Nước ép	123
July	Tháng bảy	97
June	Tháng sáu	97
Kitchen	Nhà bếp	68
Knife	(Con) Dao	141
Know	Biết	54
Korea	Hàn Quốc	35
Laos	Nước Lào	36
Laptop	Máy tính	64
Last	Trước / Ngoái	97, 99
Last month	Tháng trước	97
Last week	Tuần trước	95
Last year	Năm trước / Năm ngoái	99
Lemon	Trái chanh	130
Lettuce	Xà lách	136
Library	Thư viện	161
Like	Thích	59
Lipstick	Son môi	190
Listen / Hear	Nghe	56

English	Vietnamese	Page
Live	Sống	53
Living room	Phòng khách	68
Lobster	Tôm hùm	138
Long	Dài	192
Long pants	Quần tay	186
Long sleeve shirt	Áo sơ mi dài tay	184
Longan	Trái nhãn	129
Lychee	Trái vải	129
Mall	Trung tâm mua sắm	164
Mango	Trái xoài	126
Mangosteen	Trái măng cụt	127
March	Tháng ba	97
Market	Chợ	162
May	Tháng năm	97
May I ask how much will it cost?	Cho hỏi bao nhiêu tiền?	165
May I ask where you would like to go?	Cho hỏi anh/em muốn đi đâu?	165
Me too	Tôi cũng vậy	30
Meat	Thịt	137
Milk	Sữa	122
Milk tea	Trà sữa	122
Minute	Phút	93
Monday	Thứ hai	95
Money	Tiền	61
Month	Tháng	97
Morning	Sáng	93
Motorbike	Xe máy	156
Movie theatre	Rạp chiếu phim	164
Mushroom	Nấm	135
My name is…	Tôi tên là…	30
Name	Tên	30

English	Vietnamese	Page
Necklace	Vòng cổ	190
Need	Cần	70
Next	Sau / Tới	97, 99
Next month	Tháng sau	97
Next week	Tuần sau	95
Next year	Năm sau / Năm tới	99
New	Mới	195
Nice to meet you	Rất vui được gặp bạn	31
No	Không	19, 33
No, I don't speak English	Tôi không nói tiếng Anh	33
Noodles	Mì	116
November	Tháng mười một	97
Number	Số	88
October	Tháng mười	97
Octopus	Bạch tuộc	139
Ok, able to, yes	Được	47
Old	Cũ	195
On	Trên	58
Onions	Củ hành	135
Orange (fruit)	Trái cam	126
Orange (color)	Màu cam	199
Oyster	Con hàu	139
Pair of chopsticks	Đôi đũa	140
Pair of shoes	Đôi giày	187
Pair of socks	Đôi Tất	188
Pants	Quần	186
Papaya	Trái đu đủ	128
Parsley	Rau mùi tây	134
Passion fruit	Trái chanh dây	130
Pay	Trả tiền	160
Peach	Trái đào	129

English	Vietnamese	Page
Pear	Trái lê	128
Pen	(Cây) bút mực or (Cây) viết	66
Pencil	(Cây) bút chì or (Cây) viết chì	66
Pennywort	Rau má	131
Pepper	Tiêu	117
Picture / Photo	(Tấm) hình	67
Pinapple	Trái thơm	127
Pink	Màu hồng	199
Plate	(Cái) Đĩa	140
Play / Go out	Chơi	60
Please	Vui lòng	125
Please drive faster	Vui lòng lái nhanh hơn	168
Please drive slower	Vui lòng lái chậm hơn	168
Please give me a discount	Bán cái này rẻ cho tôi đi	62
Please stop here	Vui lòng dừng ở đây	167
Please stop up there	Vui lòng dừng trên đó	167
Pomelo	Trái bưởi	129
Pork	Thịt heo	137
Post office	Bưu điện	163
Potato	Khoai tây	131
Pretty	Đẹp	72
Product	Sản phẩm	196
Purple	Màu tím	198
Rambutan	Trái chôm chôm	127
Read	Đọc	70
Recently	Mới	195
Red	Màu đỏ	198
Red bean	Đậu đỏ	132
Red wine	Rượu vang đỏ	124

Restaurant (cheaper)	Quán ăn	160
Restaurant (upscale)	Nhà hang	159
Rice	Cơm	116
Ring	Nhẫn	191
Russia	Nước Nga	36
Sad	Buồn	170
Sandals	Săn đan	188
Salad	Gỏi	136
Salt	Muối	117
Salty	Mặn	115
Sapodilla	Trái sa pô chê	129
Saturday	Thứ bảy	96
Scared	Sợ	170
School	Trường học	159
Seafood	Hải sản	138
Second	Giây	93
See	Thấy	55
See you later	Hẹn gặp lại	31
Sell	Bán	63
Sell it cheaper for me please	Bán cái này rẻ cho tôi đi	62
September	Tháng chin	97
Sesame oil	Dầu mè	118
Shirt	Áo sơ mi	184
Shoe	Giày	187
Short	Ngắn	192
Shorts	Quần soọc / Quần short	187
Short sleeve shirt	Áo sơ mi ngắn tay	184
Shrimp	Tôm	138
Skirt	Áo đầm	185
Sleep	Ngủ	70
Sleepy	Buồn ngủ	170

Slippers	Dép	188
Small	Nhỏ	191
Smoothie / Shake	Sinh tố	123
Sneakers / Running shoes	Giày chạy / Giày thể thao	187
Sock	Tất	188
Soft Drinks	Nước ngọt	123
Sorry	Xin lỗi	33
Sour	Chua	114
Soursop	Trái mãng cầu gai	128
Soy sauce	Nước tương	117
Speak	Nói	56
Spicy	Cay	115
Spicy Hue soup	Bún bò huế	119
Spoon	Muỗng	140
Spring rolls	Gỏi cuốn	119
Squid	Mực	139
Store	Cửa hang	161
Strawberry	Trái dâu	126
Study	Học	57
Sugar	Đường	117
Suit	Vét	185
Sunday	Chủ nhật	96
Sunglasses	Kính râm	191
Sweater	Áo len	185
Sweet	Ngọt	114
Sweet Potato	khoai lang	131
Swimwear	Quần áo bơi	191
T-shirt	Áo thun	184
Table	Bàn	64
Tank top	Áo thun sát nách	185
Taro	Khoai môn	135

English	Vietnamese	Page
Tasty	Ngon	116
Taxi	Taxi	165
Tea	Trà	122
Telephone	Điện thoại	65
Television	Tivi	65
Thailand	Nước Thái Lan	35
Thank you	Cám ơn	31
That	Cái đó	49
There	Ở đó	54
There (farther away)	Ở kia	54
This	Cái này / này	48
This month	Tháng này	97
This week	Tuần này	95
This year	Năm nay	99
Thristy	Khát	113
Thursday	Thứ năm	95
Tie	Cà vạt	185
Tired	Mệt	170
To be glad	Vui	169
To be happy	Hạnh phúc	169
To come	Đến	37
To create possessives	Của	196
To take off clothes	Cởi quần áo	194
To take off shoes	Cởi giày	195
To wear (a hat)	Đội	193
To wear (clothes)	Mặc	193
To wear an accessory like a watch, jewelry	Đeo	194
To wear (shoes)	Mang	194
Today	Hôm nay	95
Tomato	Cà chua	134
Tomorrow	Ngày mai	95

Traditional Vietnamese dress	Áo dài	185
Traditional Vietnamese straw hat	Nón lá / Nón	189
Train	Xe lửa, Tàu hỏa	157
Train station	Ga xe lửa	157
Travel	Du lịch	70
Trousers	Quần tay	186
Try	Thử	192
Try on (clothing)	Mặc thử	193
Tuesday	Thứ ba	95
Turn around	Quay lại	167
Turn left	Quẹo trái	166
Turn right	Quẹo phải	166
Turtoise	Ngọc lam	200
Ugly	Xấu	72
Understand	Hiểu	34
Underwear	Đồ lót / Quần lót	188
University	Trường đại học	159
Vegetables	Rau	131
Very	Rất	31
Vietnamese	Tiếng Việt	33
Vietnamese baguette sandwich	Bánh mì	119
Vietnamese beef noodle soup	Phở	119
Vietnamese broken rice	Cơm tấm	119
Vietnamese ice coffee with condensed milk	Cà phê sữa đá	122
Vietnamese pancakes	Bánh xèo	120
Wait	Đợi	69
Wait a minute	Chờ chút xíu	166

English	Vietnamese	Page
Wallet	Cái bóp	190
Want	Muốn	60
Washroom / Bathroom	Nhà vệ sinh	69
Watch / Clock	Đồng hồ	64
Water	Nước	123
Watermelon	Trái dưa hấu	130
Wednesday	Thứ tư	95
Week	Tuần	95
Weekend	Cuối tuần	95
What	Gì or Cái gì	50
What country are you from?	Bạn là người nước nào?	36
What day is it today?	Hôm nay là thứ mấy?	96
What day is tomorrow?	Ngày mai là thứ mấy?	96
What day was yesterday?	Hôm qua là thứ mấy?	96
What is the date today?	Hôm nay là ngày mấy?	100
What is the date tomorrow?	Ngày mai là ngày mấy?	100
What is the time now?	Bây giờ là mấy giờ?	94
What is your name?	Bạn tên là gì?	30
What is your nationality?	Bạn là người nước nào?	36
What time is it?	Mấy giờ rồi?	94
What was the date yesterday?	Hôm qua là ngày mấy?	100
What year is it?	Năm nay là năm mấy?	99
When	Khi	50
When?	Khi nào?	50
Where	Ở đâu	51
Where are you from?	Bạn từ đâu đến?	37
Which	Nào	58

White	Màu trắng	199
Who	Ai	49
Winter jacket	Áo ấm	186
With	Với	60
Work / Job	Làm việc	155
Write	Viết	56
Year	Năm	99
Yellow	Màu vàng	198
Yes	Dạ (Talking to someone older)	32
Yes	Ừ (Talking to someone younger)	32
Yesterday	Hôm qua	95
Yet	Chưa	112
You are here	Các bạn đến rồi	166
Your welcome	Không có chi	32
Zucchini	Bí ngòi	133

Numbers		Page
0	Không	88
1	Một	88
2	Hai	88
3	Ba	88
4	Bốn	88
5	Năm	88
6	Sáu	88
7	Bảy	88
8	Tám	88

9	Chín	88
10	Mười	88
11	Mười một	89
12	Mười hai	89
13	Mười ba	89
14	Mười bốn	89
15	Mười lăm	89
20	Hai mươi, Hai chục	89, 90
21	Hai mươi mốt	89
22	Hai mươi hai	90
23	Hai mươi ba	90
24	Hai mươi bốn	90
25	Hai mươi lăm	90
30	Ba mươi, Ba chục	90
40	Bốn mươi, Bốn chục	90
50	Năm mươi, Năm chục	90
55	Năm mươi lăm	90
60	Sáu mươi, Sáu chục	90
70	Bảy mươi, Bảy chục	90
80	Tám mươi, Tám chục	90
90	Chín mươi, Chín chục	90
99	Chín mươi chin	90
A hundred	Trăm	91
A thousand	Ngàn	91
A million	Triệu	91
A billion	Tỉ	91
100	Một trăm	91
101	Một trăm lẻ một	91
102	Một trăm lẻ hai	91
103	Một trăm lẻ ba	91
110	Một trăm mười	91
111	Một trăm mười một	91

150	Một trăm năm mươi	91
200	Hai trăm	91
500	Năm trăm	91
1000	Một ngàn	91
1001	Một ngàn không trăm lẻ một	91
2000	Hai ngàn	91
5000	Năm ngàn	91
10,000	Mười ngàn	92
100,000	Một trăm ngàn	92
1,000,000	Một triệu	92
5,000,000	Năm triệu	92
10,000,000	Mười triệu	92
100,000,000	Một trăm triệu	92
1,000,000,000	Một Tỉ	92

Free E-book and audio files offer

Subscribe to my email list and get instant access to free downloads of the mp3 audio files of this book + my E-book "25 Essential Vietnamese Adjectives For Everyday Use". In addition, receive exclusive offers, new content, and more.

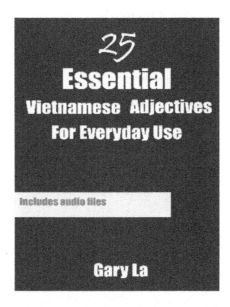

Get your free e-book and audio files now

http://eepurl.com/duA7oj

Made in the USA
Middletown, DE
12 June 2020